I0720699

LONG LANH MÀU TRỜI

LONG LANH MÀU TRỜI
Tập truyện **Hoàng Quân**
Dàn trang: **Nguyễn Thành**
Bìa: **Uyên Nguyên Trần Triết**
Nhân Ảnh Xuất Bản **2020**
ISBN: **978-1989924525**
Copyright © 2020 by Hoang Quan

HOÀNG QUÂN

LONG LANH MÀU TRỜI

Tập truyện

NHÂN ẢNH

2020

Cảm ơn

người thân, người thương, người bạn, người quen

đã cho tôi

những khoảnh khắc hạnh phúc tuyệt vời.

Hoàng Xuân
Hoàng Thị Ngọc Thuý
Bad Nauheim – Đức Quốc
Tháng Tư, năm Canh Tý

LONG LANH MÀU TRỜI,
HAY LÁ THƯ GỬI VÀO KHÔNG

Nguyễn Hiền

Long Lanh Màu Trời, tựa một đoản văn tự sự, được Hoàng Quân chọn dùng làm tựa cho cuốn tuyển tập thứ tư của riêng mình, sau Bông Hoa Trên Phím (2015), Nhớ Tiếng À Ơi (2016) và Đứng Ngẩn Trông Vời (2018).

Long Lanh Màu Trời gồm mười bốn đoản văn thuộc nhiều thể loại: truyện ngắn, tùy bút, ký, tường thuật sinh hoạt… Phần lớn, chúng được viết trong khoảng thời gian từ 2017 tới 2020. Tuy nhiên, Long Lanh Màu Trời không phải là một tiếp nối của ba tuyển tập đã ra mắt, mà là một chọn lọc đặc biệt. Những đoản văn trong tuyển tập này vẽ lên những nét chính trong cuộc đời của tác giả. Từ những ngày thơ mộng của thời học sinh tại một tỉnh nằm chính giữa Việt Nam. Đến những ngày vì hoàn cảnh đã phải lìa bỏ quê, trôi nổi trong cuộc đổi đời. Rồi cuộc sống trên một đất nước hoàn toàn xa lạ, lạ từ khí hậu, con người cho chí ngôn ngữ. Và xuyên qua đó là những phấn đấu, những vui buồn, những phút ấm lòng pha trộn hãnh diện khi đã tạo dựng được chút ít thành quả nhỏ nhoi. Hoàng Quân, qua Long Lanh Màu Trời, cho người đọc cơ hội lướt qua những trải nghiệm vui buồn của một người Việt lưu vong, vài sinh hoạt sách báo hiếm hoi đặc sắc của người Việt hải ngoại tại Đức mà ít người biết tới, và cảm được những gì tác giả muốn nhắn gửi.

Những mẩu chuyện của Hoàng Quân trong tuyển tập này phần lớn là những câu chuyện thật, với người thật và cảnh thật. Cả năm sinh, tên tuổi, thân thế gia đình, công việc… của tác giả cũng là những chi tiết rất thật (Khi Mười Bảy Tuổi, Long Lanh Màu Trời, Biếc, Măng Non và Văn Bút Lưu Vong, Hồn Việt giữa trời Âu…). Qua Long Lanh Màu Trời, người đọc được đồng hành với Hoàng Quân qua từng chặng đường tác giả đã đi qua, cùng chia sẻ tâm tình với tác giả qua những hồi ức. Từ Quảng Ngãi, nơi có hiệu sách nhà – nơi đã cho tác giả tìm thấy niềm vui thú trong những cuốn sách, từ loại dành cho Tuổi Hoa, Tuổi Ngọc để rồi theo thời gian lên tới những tác phẩm và dịch phẩm nổi tiếng. Nơi có quán cà-phê Uyên, với mấy chị em ngồi quầy làm đích ngắm cho những chàng trai mượn cớ này cớ nọ để lui tới. Nơi đó có cô bé "mắt to như mắt bò" (Đếm Sao) thầm lặng nhìn khách đến rồi đi – rồi trở lại nhiều lần, có lẽ cũng chẳng vì mình đâu, cô nghe những chuyện họ trải lòng ra với nhau mà trong lòng không mấy vấn vương. Để rồi, nhiều năm qua đi, giờ đây nơi một thị trấn nhỏ miền Trung Đức quốc, bắt nguồn những mối duyên văn nghệ tình cờ đến từ khắp nơi như món quà kỳ diệu trời ban cho trong cuộc sống, cô bé đó đã ôn lại chuyện cũ, tìm tòi và trực nhận ra những gì đã âm thầm theo mình suốt nhiều năm. Những dấu mốc quá khứ đã được trải ra trên từng mẩu chuyện tưởng như hồn nhiên nhưng luôn bàng bạc một không khí lãng đãng mơ về nơi chốn cũ, để đúc lại thành cuốn tuyển tập này, như một cuốn album mà thay vào những bức ảnh là những bài thơ, những kỷ niệm đã có được với những bạn 'trong đời thực' và những bạn 'văn' chỉ qua trao đổi điện thư, điện thoại.

Hơn một nửa tuyển tập đã được Hoàng Quân viết về những mối liên lạc tình cờ như thế. Có khi qua công việc, có khi từ sinh hoạt sáng tác, nhưng cảm động nhất là những khi bắt được liên lạc một cách không ngờ với những người tưởng đã mất biệt, một phần nhờ thế giới đã thu nhỏ lại, phần khác do những sinh hoạt viết lách đã đưa tên tuổi mình đi xa. Hoàng Quân đã dành nhiều trang giấy để nhắc đến những văn nhân thi sĩ Quảng Ngãi như các nhà thơ Nguyễn Minh Phúc, Trầm Thụy Du, Trần Quang Đoàn, Dương Phi Hoành…, nhạc sĩ Dương Quang Hùng… Xen vào đó là những phút vui nhận được bài thơ thay món quà tặng, những thành quả khiêm nhường đạt được trong bước đường hội nhập vào xã hội mới, cũng được Hoàng Quân chia sẻ trong những bút ký trong tuyển tập.

Với chặng đường dài sáng tác nhiều thập niên, không thể nói Hoàng Quân là một nhà văn trẻ. Nhưng ngòi bút Hoàng Quân, từ mấy chục năm, vẫn như vậy, vẫn mang vẻ nghịch ngợm rất dễ thương của lứa tuổi hai mươi, ba mươi. Vẫn là những lượm lặt đây đó vài điều nho nhỏ thường ngày để thành gia vị làm đậm đà thêm câu chuyện. Những cảm nghĩ trong những truyện sau này của Hoàng Quân có thể sâu sắc hơn, truyện có thể được bố cục chặt chẽ hơn, nhưng sự ví von đậm chất dí dỏm trong những câu văn hồn nhiên đầy chất 'Hoàng Quân' vẫn luôn dầy đặc trong từng truyện.

"Nhạc 'thính phòng'. Tức là tai phải thật thính, tách những âm thanh nổi mấy chiều của xe cộ xuôi ngược" (Tình Xưa). *"Anh gọi là thư, nhưng chỉ vẻn vẹn bài thơ. Chứ không có thêm chữ nào, để bài thơ thành lá thư"* (Nhớ Một Vầng Trăng). *"Anh gọi cô là chó con, mèo con, dù anh biết cô là chuột con"* (Khi Mười Bảy Tuổi). Người đọc bắt gặp những đoạn này, có thể tạm gấp sách lại và cười một mình. Thế đó.

Và đặc biệt nơi truyện của Hoàng Quân là tác giả đã khéo léo dùng nhạc để gợi nhớ, để chuyên chở tình cảm, tâm tư của mình. Mỗi bản nhạc rõ ràng là một dấu mốc cho những kỷ niệm, bây giờ trở thành hoài niệm. Trong ngăn ký ức của Hoàng Quân không những đầy sách, truyện, và thơ, mà còn chứa đủ mọi thể loại nhạc: từ những bản nhạc trong tuổi học trò, tuổi mộng mơ… cho tới chuyện yêu đương, chia lìa. Từ nhạc tiền chiến cho tới những bản mới nhất. Nhạc Việt vẫn chưa đủ, còn thêm nhạc Anh (Khi Mười Bảy Tuổi), Mỹ, Pháp, Đức (Tình Xưa)… Như Hoàng Quân đã thố lộ trong một truyện của tuyển tập: *"Tôi đã nhiều lần tương tư bài hát, cả nhạc Việt lẫn nhạc ngoại quốc"*, nhạc đã thành một giòng suối chảy suốt qua những hàng chữ, cùng với thơ tạo nên cái hồn sống động cho từng truyện. Trích dẫn nhiều, nhưng đúng lúc. Có những truyện đã được Hoàng Quân đưa vào, ngoài thơ, có tới 7 bản nhạc (Lá Thư Mùa Xuân) được dẫn, hoặc gần chục câu thơ, nhạc (Chuyện Ba Người, Đếm Sao). Hiếm có – hoặc có lẽ đúng hơn, chưa có – một nhà văn nào có thể mang được những bản nhạc vào trong tác phẩm 'không viết về nhạc' như Hoàng Quân đã làm suốt nhiều thập kỷ. Đó là dấu ấn Hoàng Quân đã để lại trong mọi sáng tác. Nếu người thưởng lãm nghệ thuật có thể nhận ra ngay những tác phẩm điêu khắc của Botero, những nét cọ của Đinh Cường, thì người đọc, không cần tinh ý lắm, cũng sẽ nhận ra ngay cái nét rất riêng này của Hoàng Quân. Đó là điều những người sáng tác mong muốn, nhưng không phải ai cũng có thể đạt được.

Một điểm nổi bật khác trong Long Lanh Màu Trời là Hoàng Quân đã dành nhiều đoản văn trong tuyển tập để viết về quê mình – Quảng Ngãi, với *"Sông Vệ, Thu Xà, Ba Gia..."*, nơi lưu giữ nhiều hình ảnh về gia đình, có ba mạ, có bạn bè, nhất là những người đã có cái 'duyên văn nghệ' nào đó (thường là thầm kín) với tác giả. Hoàng Quân đã nhắc đến nhiều người trong số đó, như một tri ân dành cho những người còn sống, và như một bó hoa đẹp dành cho những ai đã thanh thản ra đi: *"...dù hình ảnh còn lại trong trí về anh chỉ là đôi nét mờ ảo, mơ hồ, cô vẫn thật xúc động, khi biết tin anh qua đời..."* (Chàng Nghệ Sĩ). Dường như qua Long Lanh Màu Trời, tác giả muốn gợi lại cho những người cùng quê một chút hồi ức để họ có dịp tưởng nhớ lại một thời đã xa, xa lắm.

Vậy thì cứ cho Long Lanh Màu Trời là lá thư Hoàng Quân gởi vào Không, mong rằng qua đó tác giả sẽ tìm được nhiều người đồng điệu.

Nguyễn Hiền

LONG LANH MÀU TRỜI

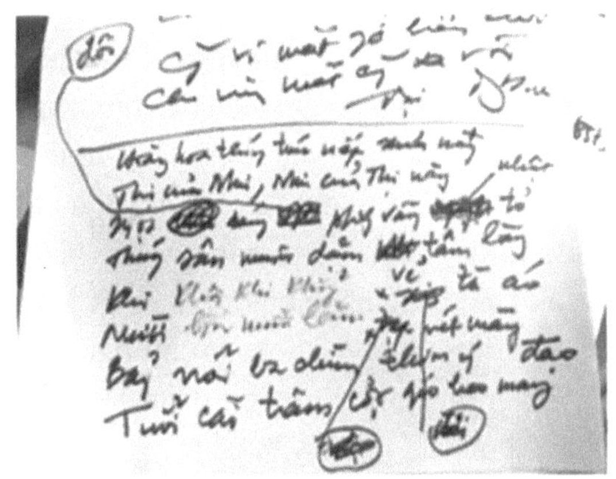

(Thủ bút bài thơ của thi sĩ Trụ Vũ)

Trước đây nhiều năm, người bạn bên Pháp qua Đức thăm tôi, hỏi, tôi cần mỹ phẩm của Paris không. Tôi đùa với bạn, tôi không cần gì cả, với lý do:

Bởi vì mắt ngắm trời xanh
Cho nên mắt cũng long lanh màu trời.*

Trong trí nhớ của tôi dường như có một góc lưu trữ những câu thơ tôi yêu, tôi thương. Nhiều khi, tôi không biết tác giả những câu thơ. Tình cờ, nghe đây một câu, thấy kia một câu, tôi vội ghi vào trí. Ngày còn bé, tôi có trí nhớ rất tốt. Tôi nhớ, tôi ngâm nga những từ, những ngữ, những vần thơ thật đẹp, thật thơ. Dần dà, những câu thơ như thân, như quen, như hòa vào vốn liếng ca dao tục ngữ trong ký ức của tôi. Trí tôi còn "giữ" thêm một dị bản của bốn câu thơ trên:

Mắt em ngắm trời xanh
Nên long lanh màu trời
Mắt em nhìn biển khơi
Nên xa vời đại dương

Nhiều năm, tôi giữ mấy câu *long lanh màu trời* như của riêng mình. Ngày nọ, khi tình cờ đọc bốn câu thơ trong vườn *Facebook* của người bạn, tôi xúc động lặng người, quýnh quíu hối thúc người bạn, tìm giúp tôi tác giả bốn câu thơ. Sau khi giật dây tứ tung, người bạn bảo, tác giả là thi sĩ Phạm Thiên Thư. Tôi lèo nhèo năn nỉ người bạn, tiếp tục tìm hiểu, những câu thơ ấy được trích trong tập thơ nào. Người bạn gõ cửa loanh quanh, cuối cùng đành lắc đầu, không biết chi thêm về bốn câu thơ này.

Đọc đi, đọc lại bốn câu thơ, lòng nhớ bâng khuâng thuở mười bảy tuổi, tôi đem bút viết, bồi hồi kể chuyện xưa. Truyện *Khi Mười Bảy Tuổi* được vài bạn đọc thương mến. Có lẽ, vì bạn đọc thấy lại thuở bẻ gãy sừng trâu của mình. Và cũng rất có thể, vì bạn đọc yêu thích bốn câu thơ tôi ghi ngay dưới tựa truyện.

Và như vậy, đã nhiều năm, tôi thương bốn câu thơ, mà vẫn đinh ninh cùng tác giả của *Ngày Xưa Hoàng Thị.*

Cuối năm 2017, tôi thật vui, được một món quà đặc biệt: nhà văn T.Vấn, chủ bút của trang mạng văn học và tủ sách *T.Vấn & Bạn Hữu*, có nhã ý tái bản tập truyện *Bông Hoa Trên Phím* dưới dạng sách điện tử. Với tấm lòng đam mê chữ nghĩa và phong cách làm việc tận tụy, anh T. Vấn cẩn trọng chăm chút cả nội dung lẫn hình thức của tập truyện. Anh T.Vấn mời họa sĩ Trần Thanh Châu khoác cho tập truyện tấm áo mỹ miều với tranh *Bông Hoa Trên Phím Dương Cầm* và *Bông Hoa Trên Phím Guitar*. Anh nhờ nhà văn Lê Hữu "để mắt" đến bản thảo của tập truyện. Bởi, qua những lần làm việc với nhà văn Lê Hữu từ trước, anh T.Vấn nhận xét, "Những ý kiến của anh Lê Hữu giúp cho tác phẩm nghiêm túc hơn, tạo sự tin cậy nơi người đọc, trước khi họ bỏ thì giờ ngồi xuống giở từng trang sách." Những ý kiến, mà anh Lê Hữu rất khiêm tốn cho rằng "nhỏ nhặt", là những lời góp ý rất to lớn cho tôi. Bên cạnh những đề nghị thay đổi chi tiết về kỹ thuật, trong truyện *Khi Mười Bảy Tuổi*, anh Lê Hữu đã sửa những chữ sai trong bốn câu thơ và ghi đúng tên tác giả.

Cũng vì mắt ngó trời xanh
Cho nên mắt cũng long lanh màu trời
Cũng vì mắt ngó biển khơi
Cho nên mắt cũng xa vời đại dương
("Ngón tay hoa", thơ Trụ Vũ)

Với hiệu đính này, nhà văn Lê Hữu đã giúp tôi gặp thêm một mối duyên chữ nghĩa tuyệt vời.

Nay biết mình ghi tên sai tác giả, cũng như sai vài chữ trong bốn câu thơ, tôi rất áy náy. Tôi cảm thấy thật có lỗi với thi sĩ Trụ Vũ, khi truyện đã đăng lên báo, sách đã phát hành. Tôi cần phải có lời xin lỗi trực tiếp đến tác giả. Sau mấy tiếng đồng hồ tra cứu trong *internet*, tôi từ từ tìm ra manh mối, dẫn đến những thông tin về thi sĩ Trụ Vũ. Có nhiều bài vở viết về thi sĩ Trụ Vũ: Ông là một nhà thơ, nhà

Phật học nổi tiếng, và còn là một nhà thư pháp tiên phong của Việt Nam. Đọc trong trang nhà của Phạm Hoài Nhân, tôi đoán, anh "quen lớn" với thi sĩ Trụ Vũ. Tôi viết thư làm quen với anh Nhân, nhờ anh giúp tôi "gặp" thi sĩ Trụ Vũ. Anh Nhân cho biết, anh chỉ là bạn của con gái bác Trụ Vũ. Các cô con gái là trợ thủ đắc lực của bác Trụ Vũ trong sinh hoạt trên liên mạng. Với địa chỉ anh Nhân giới thiệu, tôi liên lạc với An Hòa, con gái của bác Trụ Vũ. Sau vài trao đổi với An Hòa, tôi được biết thêm nhiều chi tiết lý thú. Bác Trụ Vũ cũng gốc Huế. Nhưng sống ở Sài Gòn từ thời trẻ. Chỉ khi gặp người cùng quê, bác mới nói giọng "Huệ" (cách dùng chữ dí dỏm của An Hòa). Gia đình bác Trụ Vũ cư ngụ ở gần đường Nguyễn Huỳnh Đức, Phú Nhuận từ năm 1960 (là năm sinh của tôi). Đấy cũng là con đường "của" gia đình chúng tôi cho đến khi chúng tôi rời Việt Nam năm 1982.

An Hòa giúp tôi chuyển thư xin lỗi vì nhầm tác giả mấy câu thơ đến thân phụ của cô, thi sĩ Trụ Vũ. An Hòa kể: "Ông khen chị là người tử tế và rất có trách nhiệm". Gởi lời xin lỗi đến tác giả, tôi chỉ cầu mong tác giả không buồn lòng vì chuyện nhầm lẫn của tôi. Tôi có nghe câu chuyện về một nhạc sĩ gặp trường hợp tương tự. Nhạc sĩ phổ nhạc bài thơ, mà ông tưởng của cô bạn. Phổ nhạc xong, ông mới biết, tác giả bài thơ là một thi sĩ nổi tiếng. Ông tìm gặp tác giả để xin phép muộn. Thi sĩ chấp nhận, vì sự đã rồi. Nhưng thi sĩ ấy cũng đôi lời trách nhẹ nhạc sĩ. Vậy mà, thi sĩ Trụ Vũ, chẳng những không rầy la tôi, mà bác còn sáng tác bài thơ khoán thủ thật đẹp, tặng cho tôi, nhân mối duyên gặp gỡ nhau, mối duyên gặp "người đồng hương có tâm hồn yêu văn chương và trân trọng cái đẹp". Nhận những lời thăm hỏi của bác Trụ Vũ qua người con gái, tôi tưởng tượng, bác cũng có giọng Huế giống Ba tôi. Nếu Ba tôi vẫn còn ở trên đời này với chúng tôi, tôi sẽ đưa Ba đọc bài thơ. Tôi xúc động rưng rưng, tưởng như nghe giọng Huế, đọc chầm chậm, trầm trầm:

> **Hoàng** hoa thúy trúc nếp xưa nay
> **Thị** của Như, Như của Thị này
> **Ngọc** sáng đôi phương vầng nhật tỏ
> **Thúy** sâu muôn dặm vẻ tâm bày
> **Khi** không khi khổng xinh tà áo
> **Mười** bốn mười lăm đẹp nét mày
> **Bảy** nổi ba chìm thơm ý đạo
> **Tuổi** cài trâm cợt gió heo may.
> *Trụ Vũ (12/11/2017)*

Sau nhiều ngày "làm việc" chung với anh Lê Hữu, anh T. Vấn gởi bản *PDF* hoàn chỉnh, chuẩn bị đưa tập truyện vào tủ sách *T. Vấn & Bạn Hữu*. Đấy cũng là lúc tôi vừa liên lạc được với thi sĩ Trụ Vũ, qua An Hòa. Tôi chuyển bản *PDF* của tập truyện đến thi sĩ Trụ Vũ và An Hòa, như là độc giả đầu tiên đọc *Bông Hoa Trên Phím* trong bản điện tử.

Tôi gởi thêm vài truyện ngắn khác đến bác Trụ Vũ. Trong những thư đi, tin lại, nghe "người đưa thư" nhắn: "Lần nào nhận truyện chị, ba em cũng nói, cô này viết dễ thương quá." Được một người đã thành danh nhiều năm trước khi mình chào đời, đọc văn của mình và có đôi lời nhận xét, tôi vui ghê lắm, và cảm động nữa.

Đó đây trong các truyện của Hoàng Quân: *Khi Mười Bảy Tuổi, Bài Ca Hạnh Ngộ, Quẻ Bói Đầu Xuân, Rhodes - Hy Lạp- Hải Đảo Hoa Hồng*, những câu thơ của thi sĩ Trụ Vũ đã tô điểm, đã làm những câu chuyện thêm thi vị.

Tôi có nhiều bạn thân: bạn thuở tiểu học, trung học, đại học; bạn hàng xóm ở quê nhà; bạn láng giềng ở xứ người… Ngoài ra, tôi có những người bạn, tôi chưa hề gặp mặt, chưa hề nói chuyện, chỉ trao đổi thư từ trên liên mạng. Vậy mà, tôi vẫn cảm nhận tình bạn thân thiết, gần gũi. Bởi, chúng tôi "thấy" nhau qua sự đồng cảm: cùng thiết tha với tiếng Việt. Chúng tôi "nghe" nhau qua sự đồng điệu: cùng yêu thương tiếng Mẹ đẻ của mình.

Chuỗi tình cờ kỳ diệu, đúng hơn, những cơ duyên có liên quan đến "trời xanh", đã cho tôi "gặp" anh Lê Hữu, anh T.Vấn và bác Trụ Vũ, để mắt tôi vẫn được "long lanh màu trời". Đấy chẳng phải là ân sủng quý giá của cuộc sống, là món quà tặng tuyệt vời cho tôi đó sao?

Xin gởi lời cám ơn trân trọng đến thi sĩ Trụ Vũ đã viết những vần thơ tuyệt đẹp.

Xin gởi lời cám ơn trân trọng đến nhà văn T.Vấn, nhà văn Lê Hữu, họa sĩ Trần Thanh Châu đã chăm sóc đứa con tinh thần của Hoàng Quân, để *Bông Hoa Trên Phím* được cùng các tác giả khác góp mặt, là đầu sách thứ 30 trong *Tủ Sách T.Vấn & Bạn Hữu*.

Tháng Giêng 2018

* Những câu thơ ghi theo trí nhớ, có hai chữ nhớ sai.

KHI MƯỜI BẢY TUỔI

Bởi vì mắt ngắm trời xanh
Cho nên mắt cũng long lanh màu trời.
Bởi vì mắt ngắm biển khơi
Cho nên mắt cũng xa vời đại dương.
Phạm Thiên Thư *

Cô đang học lớp 11 trường Marie Curie. Ở ngôi nhà màu xanh, quận Phú Nhuận, luôn rộn ràng bạn bè thân quen lui tới. Có nhiều người là bạn chung của mấy chị em, thân thiết với cả nhà. Anh học ngang lớp ông anh cả của cô. Anh hay đến chơi. Cô đoán, anh thích chị lớn. Đôi khi, cô lại nghĩ, có lẽ anh mết chị nhỏ. Thường, cô hay bận tâm, "xem xét", mỗi khi thấy có chàng nào ngấm nghé mấy bà chị. Nhưng theo con mắt cú vọ sắc lẻm của cô quan sát mấy thí sinh, cô chấm điểm anh từ khá đến giỏi. Nên khi anh đến nhà, cô không phải tung ra những chiến dịch "phá duyên". Anh "cua" chị nào cũng được. Anh đến chơi, vui vẻ với mọi người trong nhà. Anh kể nhiều chuyện, từ lịch sử, địa lý, đến khoa học, văn chương. Là những câu chuyện thật lý thú, hấp dẫn. Trong mắt cô, anh là một nhà thông thái uyên bác.

Cô có thắc mắc, anh luôn có lời giải đáp. Cô thật sự khẩu phục, tâm phục. Có lần anh nói chuyện tử vi. Cô ưu tư tuổi Canh Tý của mình, nên đem lá số của cô ra hỏi anh. Anh cắt nghĩa về những cung này, sao nọ. Anh phân tích như thế nào đó, mà cô hết băn khoăn với lá số tử vi của mình. Khác hơn những dự đoán ông thầy đã diễn giải trong lá số tử vi của cô, mà Ba cô đã nhờ chấm số khi cô còn nhỏ. Anh hỏi cô có thích tự giải lại lá số của cô không, anh sẽ hướng dẫn. Lúc đó, cô cảm thấy hài lòng với những lời bình của anh về lá số tử vi của cô. Cô đang bận tíu tít thư từ với đám bạn cũ và lăng xăng nối vòng tay lớn với đám bạn mới. Nên cô dạ dạ, hẹn lần, hẹn lữa, rồi quên bẵng luôn. Anh vẫn đến chơi đều đặn. Khi hóng chuyện, cô vẫn những thích thú, ngưỡng mộ. Hết chuyện, cô phóng xe đạp lên nhà nhỏ bạn ở quận 10 tán dóc. Hoặc chạy qua chợ Tân Định, rủ nhỏ bạn khác dạo phố. Hay tà tà tới gần chợ Trương Minh Giảng, thưởng thức món đậu luộc bỏ đường của má nhỏ bạn xưa... Cô vui với ngày tháng độc thân vui tính như vậy. Chẳng thắc mắc, khi hai bà chị mình yêu đương ra rít, khi nhỏ em gái đi chơi lăng quăng với bồ. Cô vẫn luôn nghĩ rằng, mình sẽ không bao giờ lập gia đình, để được ở hoài với Ba Mạ.

Một buổi chiều, cô chèo queo ở nhà. Muốn đi chơi, mà nhà chẳng còn chiếc xe đạp nào. Ai nấy vi vút đâu đâu rồi. Chỉ cầu may có nhỏ bạn nào tới rước. Dạo đó, đồ đạc trong nhà cứ lần lượt ra đi. Nhất là những tài sản có tính chất "tư bản". Cho nên, có thời kỳ, dân Việt hình như không có cơ hội biết đến chức năng của điện thoại. Cô đi tới, đi lui. Nhà cô nhỏ xíu. Đi tới mấy bước, đụng cửa sắt trước. Đi lui mấy bước, đụng cửa gỗ sau. Lúc đó, anh đến. Thôi thì, buồn ngủ gặp chiếu manh. Không vui bằng đạp xe vịn tay mấy nhỏ bạn, chạy hàng năm, hàng ba, dung dăng trên những con đường rợp bóng cây, hay quây quần bên hàng chè đậu xanh, đậu đỏ. Nhưng có người nói chuyện, vẫn hơn lủi thủi một mình giữ chùa. Sau màn chào hỏi như thường lệ, cô xuống bếp. Bấy giờ, củi lửa khó khăn, mấy chị em cô nấu nướng đơn giản. Ông anh từ xứ sở tư bản gởi về cho cái bếp điện. Nên tụi cô chỉ phải chi tiền điện, chớ không phải đỏ mắt, phồng má vì than củi. Cô lúi húi nấu nước sôi pha trà. Tiếng anh vọng xuống:

- Có cần anh giúp gì không?

- Dạ không. Em rành mấy vụ điện đóm này lắm.

Thật ra, không phải cô rành về điện. Mà vì điếc không sợ súng. Hễ bếp có gì trục trặc, cô cứ mở đại mấy ốc vít ra coi phía trong, rồi lau lau, vặn vặn. Sau đó, máy móc lại như lành bệnh. Cô chăm chú với bình, với tách, mà không hay anh đã đứng sau lưng cô. Cô hoảng sợ tưởng như tiếng nói không thoát ra cổ họng được, khi anh ôm choàng lấy cô, thì thầm:

- Bé con, sao bé con dễ thương dữ vầy hả?

Cô kinh ngạc, dãy dụa. Nhưng xem ra sức lực bẻ gãy sừng trâu của cô chẳng là bao so với anh. Khi anh xoay người cô lại, bắt gặp đôi mắt mở to, sợ hãi của cô, anh cúi xuống:

- Bé con, sao vậy hả? Em không thấy là anh thương em sao?

Anh nhấc bổng cô lên:

- Bé con, em phải biết là anh thương em chứ!

Cô không trả lời, cứ cố gỡ hai cánh tay anh đang ôm chặt. Anh để cô đứng xuống, buông tay ra. Anh nâng cằm cô lên, hôn má, hôn trán cô:

- Em không cần trả lời ngay bây giờ.

Cô nhìn trừng trừng vào anh.

- Bé con nhắm mắt lại đi. Anh cúi xuống hôn môi cô.

Cô nhìn sững, thấy cặp mắt kính dày cộm của anh thật gần. Cô lùi lại mấy bước, kịp thấy nước đã sôi. Cô luống cuống, lấy trà, pha nước.

- Bé không nói gì với anh được sao?

- Dạ, dạ... - Khó khăn lắm vài thanh âm mới thoát ra khỏi cổ họng. - Mời anh uống nước trà.

- Cám ơn bé con. Bây giờ anh về. - Anh vuốt má cô- Lần tới nhớ nghĩ câu trả lời cho anh nghe.

Cô không nhìn anh nữa mà cúi gầm mặt. Cô chẳng biết anh ra khỏi nhà ra sao. Anh đã nhẹ nhàng kéo cửa sắt xếp lại như cũ. Cô trở vào bếp, nhìn chăm chăm tách trà. Tưởng như chung quanh trời đất quay cuồng. Lòng cô ùn ùn cơn giận anh. Tại sao anh lại dám ôm cô. Ai cho phép anh hôn cô. Ý nghĩ kế tiếp làm cô sợ muốn quỵ. Vậy là cô thành "bồ" của anh rồi. Tức là, cô sẽ phải lấy anh làm chồng. Như vậy là dự định ở hoài với Ba Mạ suốt đời tan thành mây khói. Càng nghĩ cô càng tức anh. Người cô nhũn ra, như muốn bịnh. Đến chiều tối, cô cù rũ như gà mắc mưa. Không cười nói nổi. Đêm đó, cô ngủ chập chờn. Cứ nghĩ đến buổi chiều, tức giận vẫn còn đó. Nhưng khuôn mặt anh với cặp mắt kính, có lúc thật dễ ghét mà có lúc hình như cũng… không dễ ghét lắm. Ngày sau anh đến, có nhiều người trong nhà. Anh vẫn chuyện trò vui vẻ với mọi người, không có gì đặc biệt với cô. Cô vừa ngạc nhiên, vừa thất vọng. Cô không thèm ngồi góp chuyện, bỏ ra ngồi ngoài hè đọc truyện. Nghe tiếng anh chào ra về, cô đứng dậy, tránh qua một bên để anh dắt xe ra cửa. Cô cúi đầu, cố lấy giọng tự nhiên:

- Dạ, anh về ạ.

- Ô! Chút xíu nữa anh quên. Anh có mang cho em cuốn sách đây.

Cô đưa tay nhận cuốn sách, lí nhí nói cám ơn. Không dám ngước lên, dù rất muốn thấy ánh mắt của anh sau làn kính ra sao. Cô kéo ghế ngồi, vờ đọc tiếp sách, lật vài trang cuốn sách anh mới đưa. Từ đó, anh hay đến chơi, vẫn thăm hỏi cả nhà, và mang sách đến cho cô. Giữa những trang sách là những thư anh viết ngày càng dài. Anh gọi cô là chó con, mèo con, dù anh biết cô là chuột con. Cô chưa có dịp trả lời, "Dạ có" cho câu hỏi của anh. Cô cũng chưa bao giờ viết thư cho anh, dù lòng cô muốn viết còn dài hơn những lá thư hàng năm bảy trang của anh. Nhưng chắc chắn anh hiểu cô, và đón nhận ánh mắt rạng ngời yêu thương đôi lần cô gởi gắm. Cô đâm lười, không còn hăng hái chạy đó đây đùm túm với bạn bè. Cô ưa quanh quẩn trong nhà. Vốn đã thích đọc sách. Giờ đây cô lại càng mê mẩn hơn. Cô như trong tâm trạng - *Khi ấy em còn thơ ngây. Đôi mắt chưa vương lệ sầu. Cười đùa qua muôn ánh trăng... Rồi một hôm, Có chàng trai trẻ đến nơi này, Đời em có một lần, Là lần tim em thấy yêu chàng...*

Mùa hè, cô về quê, ấp úng kể cho mấy đứa bạn thân rằng, cô biết yêu. Tụi bạn xúm lại, bắt cô làm bài luận tả người. Cô chỉ biết kể là anh lớn hơn cô mười tuổi và cận thị. Tụi bạn dụ cô kể, hai đứa đi chơi những đâu, tình tự những gì. Cô chưa bao giờ đi chơi với anh. Lần nọ, có mặt đông người, anh rủ cô đi chơi. Cô từ chối, vung văng. Ánh mắt của cô chắc hung dữ lắm. Cô có thú nhận với bạn bè, cô xao xuyến, bồi hồi ghê lắm, khi đọc những lá thư dài ơi là dài của anh. Cô cũng kể thiệt, về quê gặp gia đình thì vui, nhưng cô nhớ anh lắm. Mặc dù ở Sài Gòn, cô đâu gặp anh nhiều đâu. Cô dấu tiệt đám bạn, là anh có lần ôm cô, hôn cô. Hết hè, cô về lại Sài Gòn. Cô nhớ Ba Mạ và mấy đứa em quay quắt. Chỉ muốn ở lại luôn ngoài quê. Vào lớp 12, cô gặp vấn đề về hộ khẩu, sợ không làm được thủ tục thi tốt nghiệp phổ thông. Cô đã khóc tấm tức suốt đường về, khi cô giáo chủ nhiệm nhắc cô hạn chót phải nộp lý lịch với chứng nhận của phường khóm. Thôi, như vậy chắc trường sẽ đuổi cô, cô hết được đi học. Nghĩ đến điều này, cô buồn khủng khiếp. Lúc đó, cô quá mê đi học. Khi anh đến chơi, cô vẫn trong cơn âu sầu sợ bị đuổi học. Cô chưa có dịp tâm sự nỗi lo của cô với anh. Cô vội vàng dấu biến lá thư anh ép trong sách. Nhưng không còn những nôn nao, tìm góc vắng để đọc thư như những lần trước. Sau đó, chị cô đã lo được cho cô các giấy tờ cần thiết. Cô có tên trong danh sách những thí sinh dự thi tốt nghiệp trung học của niên học 1977-1978. Cô mừng quá chừng. Cô trân trọng những giờ học. Mỗi sáng đạp xe đến trường, lòng cô rộn khúc hoan ca. Thường cô học khá. Giờ đây, cô lại giỏi hơn. Cô sung sướng là học trò ruột của cô giáo Anh Văn. Cô hăng hái nhận làm bài thuyết trình về Châu Mỹ La Tinh của cô giáo Sử Địa. Trường lớp với cô bỗng nhiên là tâm điểm trong mọi sinh hoạt của cô. Tự dưng cô không mong anh đến. Chẳng có một lý do nào rõ ràng, cô tránh mặt anh. Khi anh đến, nếu đang ở nhà sau, cô chuồn ra bếp, đi tắt hẻm nhỏ, thơ thẩn ra chợ. Hoặc đi đâu về đến nhà, vừa hé cửa sắt, thấy xe của anh, cô đạp xe đi dạo lòng vòng thật lâu. Có lần anh đến, cô không tránh được, nên vẫn ngồi nhà. Cô nhớ mình ngồi thu lu nơi ghế dựa, lấy cuốn sách che mặt, vờ ngủ. Hình như lúc đó cô cảm thấy ghét anh. Kiểu như ghét đào đất đổ đi. Không hiểu tại sao. Không biết anh đã ngồi trong im lặng bao lâu. Có lẽ anh nhìn thấy sự thay đổi tình cảm trong cô. Lần sau cùng, anh đến, cô vắng nhà. Anh có nhờ đưa cho cô cuốn *Bóng Tối Ở Cuối Đường*, cuốn truyện dịch từ *Die Nacht von Lissabon* của văn sĩ người Đức E. M. Remarque, không kèm thư trong sách như những lần trước. Nhớ có lần anh kể, anh đang tìm đường vượt biên. Từ đó cô bặt tin anh. Trên trường cô vẫn vui với bạn bè. Vẫn nhí nhảnh đùa giỡn. Vẫn chép thơ, chép nhạc trao đổi với mấy nhỏ bạn. Vẫn rù rì chuyện trên trời, dưới đất. Trong lớp có Nguyễn Thừa Thiên, học rất giỏi. Nghe tên đoán được quê ở đâu rồi, mặc dầu Thiên nói giọng Bắc 54. Ngày nọ, khi đọc bài trong giờ Văn, Thiên đang từ giọng Bắc chuyển qua giọng Huế. Cô quay xuống bàn dưới, cũng là lúc Thiên ngó lên cô. Cả lớp ban đầu ngạc nhiên, nhưng sau đó cười ồ. Cô cũng cười giòn giã, vui vui. Có cảm động một chút. Rồi thôi. Cô đối với Thiên cũng như với các nam sinh khác trong lớp. Thỉnh thoảng đi học về, tình cờ gặp Dũng lớp bên cạnh, hai đứa đạp xe chung một quãng trên đường Trương Minh Giảng. Có lần Dũng tâm sự, Ba Mạ Dũng người Huế, mà Dũng không nói được giọng sông Hương, dù rất muốn. Dũng là tay giỏi chữ nổi tiếng của mấy lớp ban Văn. Cô lại cười cười, thấy Dũng dễ mến. Nhưng chỉ vậy, cô vẫn chưa đặt câu hỏi, bao giờ (lại) biết tương tư.

Cô lên đại học, hình ảnh của Thiên và Dũng dừng lại

ở Marie Curie. Cô vẫn giữ những cuốn sách anh tặng cô. Những lá thư dài của anh cô cất rất kỹ. Rồi đến khi, nghĩ là không nơi nào an toàn, cô đem thư đọc lại, giữ trong trí nhớ. Xong, xé thư. Cô nhớ, trong một lá thư anh viết:

Bởi vì mắt thấy trời xanh,
Cho nên mắt cũng thanh thanh màu trời.
Bởi vì mắt thấy biển khơi,
Cho nên mắt cũng xa vời đại dương.

Đôi khi cô nhớ anh bâng khuâng. Nhưng cô không mường tượng ra khuôn mặt của anh thế nào. Lần nọ, anh hát cho cô nghe bài *Suối Tóc* của Văn Phụng, một bài hát anh rất yêu. Anh hỏi cô, "Biết anh thích nhất đức tính nào của phụ nữ không?" Cô lắc đầu. Anh nhẹ nhàng, "Dịu hiền. Dịu hiền như bé con của anh." Thời cô vào đại học, cô nghịch ngợm dữ lắm. Bạn bè đùa, cô đến đâu, không chết trâu, cũng chết bò. Có anh bạn còn so sánh cô với chó mèo chim cá và với cả cọp nữa. Nhưng khi cô mười bảy tuổi, với anh, cô rất dịu hiền.

Thuở làm sinh viên, với cô, là những ngày tháng hoa mộng trong đời. Giữa muôn háo hức của trường lớp mới, vẫn có những lúc cô nghĩ đến anh. Cô không còn cảm thấy ghét anh. Một lần, trong giấc mơ, cô thấy anh hát bài *Michelle* của The Beatles *Michelle ma belle, sont les mots qui vont très bien ensemble, très bien ensemble. I love you, I love you, I love you, That's all I want to say.* Giấc mơ thật nhẹ nhàng. Tự dưng cô nghĩ đến tên Michael. Đôi lần trong nhật ký thời đại học, cô có nhắc đến Michael, là cô nhắc đến anh. Nhưng cho đến bây giờ, bao nhiêu năm qua, cô không hề nghe tin tức nào về anh.

* *

Mới đây, tình cờ đọc các thư qua, thư lại của mấy người bạn học cũ trên *Facebook,* thật bất ngờ, cô gặp mấy câu thơ:

Bởi vì mắt ngắm trời xanh
Cho nên mắt cũng long lanh màu trời.
Bởi vì mắt ngắm biển khơi
Cho nên mắt cũng xa vời đại dương

Cô xúc động ngẩn ngơ. Trời ơi! Đây là mấy câu thơ "của riêng" cô bao nhiêu năm nay rồi. Đã qua thuở xưa hơn ba thập niên. Đã xa chốn cũ hơn mười ngàn cây số. Nhưng bây giờ, thời gian như ngừng lại, không gian như quanh đây. Hình ảnh của mấy chục năm trước nơi quê nhà, lúc ẩn lúc hiện, nhưng êm đềm, đằm thắm trong trí cô. Cô thấy lại con bé mười bảy tuổi, mặc bộ đồ màu đỏ hồng có chấm trắng, tóc xõa ngang vai. Con bé ngỡ ngàng, run rẩy, hỏi mình biết yêu rồi chăng?

Cô vội liên lạc người bạn, hỏi xuất xứ của mấy câu thơ. Thì ra, thi sĩ Phạm Thiên Thư đã viết bài thơ cho nàng thơ của ông ta, và có thể cho tất cả bạn thơ. Nhưng đối với cô, mấy vần thơ đó là của anh, chép cho cô, cho mối tình thơ dại của con bé mười bảy tuổi ngày xưa.

Tháng Tám, 2013

Trích lời ca trong các nhạc phẩm:
Thơ Ngây của nhạc sĩ Anh Việt
Michelle by The Beatles
* Giữ nguyên văn như trong ấn bản 2015.

LÁ THƯ MÙA XUÂN

Tôi đẩy cửa bước vô nhà. Chị Ngà trán lấm tấm mồ hôi, đang rượt hai đứa con nhỏ:

- Trời ơi! Mi về sớm hơn chừng năm phút là gặp hắn rồi.

- Đám bạn em tới tìm hả?

- Không, nhớ Phiên không? Hắn nói chuyện qua điện thoại cả buổi. Tao nghĩ mi ra chợ chút về liền, nên cứ tán hươu, tán vượn với hắn. Phiên hỏi đủ thứ chuyện, hỏi mi chừ ra sao. Phiên đọc bài thơ, nói tặng mi. Lúc đó, hai đứa nhỏ xáp lá cà đánh nhau. Tao phải can, nghe chữ được, chữ mất. Chừ thì không nhớ chữ chi nữa hết trơn.

Chị Ngà nói một tràng, không thèm để ý mặt tôi đớ ra, chẳng hiểu mô tê gì.

- Ủa, mà Phiên là ai?

- Chớ mi quên hắn rồi à! Hắn học ngang lớp tao, mà ban C, trưởng ban báo chí. Hồi đó lớp tao làm bích báo, hắn tới nhà mình làm giúp đó.

Chi tiết này chẳng giúp tôi sáng suốt thêm được chút nào. Ngày xưa, chị Ngà có lẽ vì ham làm bích báo mà "đúp" năm lớp 11. Thuở ấy, chị Ngà đẹp chim sa cá lặn. Giai nhân như vậy, nhà tôi lúc nào chẳng có vài tài tử lảng vảng, rấp ranh bắn sẻ. Tôi thua chị năm tuổi. Còn là nhi đồng, nhưng tôi tự trao cho mình sứ mệnh thiêng liêng, tuyển lựa người cho chị tôi. Chàng nào tới, tôi cũng coi giò, coi cẳng, thấy không xứng với chị mình, tôi thay mặt phụ mẫu chấm điểm, đánh rớt. Cho nên có chàng coi tôi là bà chằn, nghiến ngầm: "Nào ai dám phá duyên bà, Mà sao bà cứ tà tà phá tui." Trong mắt tôi thuở đó, chị tôi đẹp như tiên nga giáng trần, chẳng có chàng nào đủ điểm đậu vớt. Kể ra, tôi có hơi bất công với chị Ngà. Khó khăn với chị trong niềm vui lứa tuổi cập kê của chị. Nhưng tôi siêng năng giúp anh Ngọc của tôi đi o đào. Đi đưa thư, quản lý lịch hẹn hò của ông anh như một cô thư ký rành rẽ. Tôi còn hăng hái chép dùm ông anh những bài thơ tình sướt mướt trên tờ *pơ- luya* mỏng mảnh, xanh nhàn nhạt mây trời, bằng nét chữ già trước tuổi của tôi.

- Phiên chơi thân với Minh đó.

- À, anh Minh thì em nhớ. Hông biết bây giờ anh còn cay cú em không?

Tôi cười cười, nhớ lại cây si cổ thụ của chị Ngà. Tôi thường tưới nước sôi, xà phòng, mà cây vẫn cứ xanh tốt. Nhiều khi anh Minh tức điên người, tưởng như muốn vặn cổ tôi. Nhưng anh vẫn cứ phải ngậm đắng nuốt cay, lấy lòng tôi. Nhà anh làm kẹo gương. Anh "chà đồ nhôm", đem hộp kẹo gương đến đưa tôi, bảo, biếu gia đình ăn lấy thảo. Chà, tính phóng tài vật, thu nhân tâm chứ gì. Kẹo gương là món khoái khẩu của tôi. Lớp mè mỏng ở dưới cùng, đến lớp đường vàng kiêu sa, trong vắt như gương, điểm những hạt đậu phụng rang đều, thơm lựng. Mới chấm phá vài nét trong trí, mắt đã lim dim hồn bướm mơ tiên rồi. Miếng kẹo mỏng, ngọt thanh, bùi bùi vị mè và đậu phụng, vừa nhâm nhi, vừa hồi hộp theo truyện *Mật Lệnh U Đỏ* hay mơ màng với *Vùng Biển Lặng*, tuyệt cú mèo. Tôi chợt nghĩ vậy thôi, chớ tôi thanh liêm lắm. Còn lâu à, đừng hòng mua chuộc tôi. Tôi nhất định sẽ không ăn miếng nào. Ăn vô, há miệng mắc quai, mất uy hết. Tôi lạnh lùng như người Ăng-Lê:

- Anh cứ để trên bàn. Hồi nào Ba Mạ em về, em thưa lại.

Tôi lễ phép nhưng cố ý bất lịch sự không chịu mở miệng cám ơn, cũng chẳng mời anh ngồi. Anh tần ngần một chút, rồi ngồi xuống *salon*. Tôi vào phòng trong, mặt nhăn nhó như khỉ ăn ớt, nói, chị Ngà có khách. Đột nhiên tôi nghĩ, đâu để hai người tự tung, tự tác được. Tôi lấy cuốn sách giảng văn, ra phòng khách, đem ghế đẩu ngồi dựa sát tường, lật lật trang sách một cách nóng nảy. Anh Minh đang say sưa nói về một bài hát thời thượng:

- Ngà có tưởng tượng ngày hè buồn như thế nào không? *Ngày tháng hạ, mênh mông buồn, lòng vắng vẻ như sân trường.* Thật đó Ngà, đi ngang trường những ngày không có giờ học, anh thấy buồn dễ sợ.

Anh Minh coi bộ hơi nóng đầu. Tôi mà nghe đến hè hả, nghĩ ngay tới *Trời hồng hồng, sáng trong trong.* Là phom phom đạp xe với mấy đứa bạn đi Cẩm Ông Nghè leo núi. Là kéo nhau xuống Bến Tam Thương lội nước lũm chũm. Tôi không ngước lên coi chị Ngà có cảm được nỗi buồn anh Minh diễn tả hay không. Chẳng nghe chị trả lời trả vốn gì. Tôi đọc nhanh một đoạn của bài kim văn: *Phượng không thơm, phượng chưa hẳn đã là đẹp, nhưng phượng đỏ và phượng nhiều... Thôi, học trò đã về hết. Hoa phượng buồn, hoa phượng khóc, hoa phượng rơi...* Ủa, sao nghe cũng buồn buồn vầy nè. Tôi uể oải gấp cuốn sách lại. Ngồi đây chẳng tập trung tinh thần được, mà câu chuyện của anh Minh, chị Ngà sao chán phèo. Không trống không kèn, tôi thót qua nhà Ti Ti, hai đứa rủ nhau hái ổi non ăn, coi bộ hấp dẫn hơn nhiều.

...

Vậy mà gần ba chục năm rồi. Thiệt ra, hồi đó tôi chẳng cần rẽ duyên ai. Chị Ngà sang ngang, chồng chị chẳng có một chút xíu nào những đặc điểm của những văn nhân lui tới nhà tôi, mặt mày lơ ngơ làm vẻ lãng tử với cuốn *Tâm Tình Hiến Dâng* nhét hờ túi quần, hoặc ôm đàn, lén vô trong vườn muôn hồng ngàn tía của Ba tôi, *tay ngắt* (trộm) *chùm hoa, mà thương mà nhớ...*

- Phiên có cho số điện thoại. Chà, nói chuyện ngó bộ tha thiết lắm. Hắn lưu lạc đâu xuống Rạch Giá lận. Hỏi tụi mình cuối tuần có ở Sài Gòn không, hắn lên thăm. Tụi mình đi lung tung, đâu dám hứa hẹn gì. Biết sao không? Từ hôm giờ, ai hỏi thăm Ba Mạ, cũng nói hai bác hoặc ông bà già. Rứa mà Phiên gọi Ba Mạ đàng hoàng đó. -Chị chép miệng- Nghe dễ thương.

Chị Ngà muôn đời vẫn vậy, hay chao lòng một cách dễ dàng. Đâu có gì đặc biệt, nghe giọng Huế, phải biết tụi tôi gọi cha mẹ là ba mạ, chớ hổng lẽ gọi tía má. May cho anh Phiên, bây giờ lớn, tôi hiền ra. Chớ hồi nhỏ, hung hăng con bọ xít, tôi lên giọng làm đày: "Ba Mạ là Ba Mạ tui chớ phải Ba Mạ chung đâu. Ăn nói phải ý tứ nghe." Ủa, mà chị Ngà nói đúng chớ, nghe cũng dễ thương thiệt.

Tôi không có chút khái niệm nào về anh Phiên. Có lẽ những lần anh đến nhà, tôi còn bận bên nhà Ti Ti. Hai đứa mải mê cắt lá trứng cá ép vào vở hoặc ngâm lá bồ đề trong nước gạo, lá rã chỉ còn lại gân lá, chúng tôi tỉ mỉ nhuộm mực tím. Khi chị Ngà thi tú tài, tôi mới học lớp tám. Theo khai sinh, tôi đã được phép đọc *Tuổi Hoa* tím. Nhưng thuở đó, Ba Mạ tôi muốn tôi làm con nít. Để tóc bum bê cho mát, mặc áo đầm cho gọn, nên tôi trông cứ như độc giả thứ thiệt của *Thiếu Nhi, Thằng Bờm*. Còn cái vẻ ta đây mỗi khi dương oai diễu võ với mấy anh bạn chị Ngà, mười hai con giáp tôi giống con... kỳ cục. Vậy mà, anh Phiên nào đó, lại để mắt. Mắt anh Phiên chắc có vấn đề. Tôi dạ dạ, lấy tờ giấy có số điện thoại cất vào ví, để chị Ngà yên lòng, khỏi cố gắng nói tốt thêm cho anh bạn. Nhưng tôi chẳng hề có ý định gọi anh Phiên. Hơn ba tuần lễ ở Việt Nam, cảnh cũ, bạn xưa, bao nhiêu ấn tượng đầy ắp hồn tôi, tôi quên béng những người bạn của chị Ngà.

Mùa giáng sinh, chị Ngà gọi điện thoại cho tôi, tíu tít:

- Tao viết thiệp cho đám bạn kỳ rồi gặp lại ở Việt Nam. Chừ không viết, để ít bữa nguội đi, mất liên lạc luôn. -Chị cười hí hí. -Trong cái thiệp gởi Phiên, tao chừa một chỗ cho mi. Cuối tuần về Ba Mạ, mi viết vô ít chữ nghe.

- Tuần ni em chưa về được. Tuần tới đi.

- Thôi, rứa bơ trễ mất tiêu. Thôi thì ri. Mi viết gởi vô *email,* tao in ra, cắt dán trong thiệp cũng được, rứa cho kịp năm mới.

Tôi phì cười. Chị Ngà thuộc hiện tượng mẹ già, con mọn. Hai đứa nhỏ quay chị như con vụ, mà chị vẫn còn hơi sức làm chuyện ruồi bu. Tôi không dám nghĩ lớn, chị biết, la hỗn, không cho tham gia những cuộc vui của chị, buồn lắm.

- Dạ, dạ. Tối ni em viết, lỡ em có quên, chị viết ít chữ in ra. Ai làm sao biết được chị hay em viết đâu.

- Ừ, tao làm cũng được nhưng chính tay mi viết, Phiên nó mới mừng.

Rồi tôi quên viết. Chẳng biết mấy chữ chị Ngà mạo danh tôi viết là những gì.

* * *

Từ ngày có thư điện tử*, số lượng thư từ qua bưu điện tôi nhận được giảm hẳn đi. Niềm vui khi mở thùng thư ngày càng nhỏ. Tôi đi làm về trễ. Dù là người đến nhà sau cùng, tôi vẫn nhắc chồng con để dành việc coi thùng thư cho tôi. Tôi rộn ràng mở thùng thư, lôi ra một xấp vừa thư, vừa báo. Nôn nao chờ đợi giảm dần, khi tôi phân loại những thư từ nhận được.

Tôi nhìn phong bì trên cùng, thư quảng cáo tham gia xổ số *SKL*, khả dĩ thành triệu phú một sớm, một chiều. Tôi thích đỏ tình và chớ không thèm đỏ bạc. Tôi ném thư qua một bên. Nguyệt san *ADAC* với những bài tường thuật, phân tích các loại xe hơi. Tôi có đọc cũng như nước đổ đầu vịt. Xe hơi chỉ cần 4 bánh, nổ máy, thắng ăn chắc là được. Tôi chẳng thấy khác biệt rõ rệt giữa xe *VW Käfer* và xe *Porsche 911*, đại khái mũi xe bè bè giống mỏ *Donald Duck*. Chúng tôi gia nhập hội *ADAC* để được giúp đỡ khi gặp vấn đề dọc đường. Cần nhớ số điện thoại của hội là đủ. Chứ tờ báo hàng tháng chỉ tổ thêm rác. Thư của *Telekom*, phiếu tính tiền điện thoại, tôi liếc qua con số, chà chà, tháng này tôi ôm điện thoại hơi lâu. Không sao, tôi sẵn sàng bớt ăn, bớt mặc để nuôi hãng điện thoại. Cuối hoá đơn, có hàng chữ đỏ gây sự chú ý, -Nếu quý vị đồng ý nhận hoá đơn theo *email*, hãng chúng tôi xin tặng quý vị hai tiếng đồng hồ gọi nội địa miễn phí-. Cũng được, thùng thơ bớt đi một phong bì hằng tháng, thơ này chẳng có gì cho tôi lưu luyến. Đằng nào thì hãng điện thoại cũng rút tiền trong tài khoản, chớ đâu cho tôi cơ hội cò kè bớt một, thêm hai. Tôi lật lui, lật tới mấy tờ báo quảng cáo sặc sỡ của các chợ, xem có thư nào nằm lẫn giữa báo. Không còn gì nữa.

Tôi tiu nghỉu thảy chồng báo vào thùng giấy. Không ai thèm viết thư, viết thiệp gởi cho tôi theo bưu điện nữa. Bây giờ đã vào tháng 12 mà sao kỳ vậy ta.

Những mùa giáng sinh trước, tôi treo những tấm thiệp đủ màu, từ bốn phương trời gởi đến, lên cánh cửa phòng khách, điểm thêm vài nhánh thông, vài hình người tuyết, nai hươu bằng gỗ. Bây giờ tôi nhận nhiều thiệp hơn xưa, nhận trên liên mạng. Nghĩ cũng buồn cười, nhận thiệp, có luôn cả danh mục. Tha hồ chọn lựa. Nào là những ngôi sao lấp lánh trong bầu trời đêm với nhạc điệu *Silent Night*, nào là cảnh núi quà sặc sỡ, rộn ràng trong bài *Jingle Bells*. Đến tết âm lịch có hình các cô bé, cậu bé mặc áo dài khăn đóng đốt pháo tưng bừng *Xuân đã đến rồi...*, hoặc hình mấy thiếu nữ yêu kiều đang hái hoa xuân trong giai điệu êm đềm *Trên đỉnh yên bình một mùa xuân...* Nói chung, các mẫu thiệp đều dễ nhìn, nhạc lồng vào, nhiều bản rất hay. Nhưng *ecard* không để lại trong tôi ấn tượng nào. Một *click*, tấm thiệp hiện lên, nhạc trỗi dậy. Tắt máy, những tấm *ecard* cũng biến khỏi bộ nhớ của tôi. Tôi càm ràm với đám bạn thân về những tấm thiệp không hồn. Tôi bảo, nếu không có thì giờ cầm cây viết, cũng chớ rờ vào bàn phím. Không nhận thiệp, nghĩ, bạn mình có lẽ bận, nên chưa viết, nhưng sẽ viết. Còn khi nhận được điện thiệp, tôi tắt ngúm hy vọng. Tôi chẳng mấy mặn mà với tấm thiệp được sáng tạo chỉ bằng vài nút nhấn trên bàn phím. Tôi thủ thỉ với mấy con bạn vàng, đứa nào thương tôi, lâu lâu viết vài chữ, như gà bới cũng được. Lỡ khi đang viết, nhớ tôi quá, có giọt nước mắt ngà nào rơi xuống, để dấu vết lại, tôi mới biết. Con bạn "sạt" tôi một mách, xây xẩm mặt mày:

- Con quái kia, đừng già mồm, hàng tôm hàng cá, động một tí, tốc váy chửi rủa inh ỏi. *Design* cho mày tấm thiệp, vật lộn với máy tính, thiên nan vạn nan, lựa mẫu thiệp, màu chữ, màu nền, nhạc đệm, nhiêu khê lắm.

Tôi xuống nước năn nỉ:

- Tao đâu có dám yêu sách yêu vở gì, mày nói vậy oan thị kính lắm. Có thương, rủ lòng nguệch ngoạc cho tao vài chữ, xài bút nguyên tử, bút chì, bút máy chi tùy hỉ.

Rồi tôi cứ há mỏ chờ sung rụng, trông chờ những lá thư với nét bút lúc như rồng bay phượng múa, khi như cua bò sáng trăng của đám bạn. Chờ mòn mỏi. Đám bạn nhẽ ra phải nhận biết thiện chí vĩ đại của tôi chứ. Tôi chăm chỉ viết thư, viết thiệp cho chúng. Rồi cọc cạch đạp xe ra bưu điện, đòi cho được con tem ấn bản đặc biệt, cẩn thận dán ngay ngắn lên góc phải của thư, dò lại địa chỉ lần nữa, mới trân trọng bỏ vào thùng thư. Lúc nào cũng đầy ắp tình cảm gởi gắm theo, như thể gởi thư cho người tình trăm năm. Vậy đó, mà đám bạn đâu có thấu lòng tôi. Chúng còn cười tôi lẩm cẩm như bà già trầu.

Từ nhỏ, có lẽ từ khi bắt đầu biết đọc, tôi thích nhìn chữ viết tay, tẳn mẳn đoán xem người viết như thế nào. Thường thường, người thật có đôi nét giống trí tưởng tượng của tôi. Nhưng đôi khi tôi bị "tổ trác". Hồi ở Đại Học Sư Phạm, có "lão" cao niên cùng lớp hay nhìn tôi một cách lì lợm. Thỉnh thoảng tôi cũng vận "nội công", nhìn lại thách thức. Nhưng thị lực của "lão" cao cường quá. Tôi tức lắm, mà không có cách gì đốn "lão". Tại, "lão" đâu bắt chuyện với tôi, làm sao tôi móc họng, kê tủ đứng. Không có cơ hội biểu dương lực lượng khẩu xà tâm… cọp của mình, tôi đành chịu trận. Nhưng ghét "lão", ghét cay ghét đắng. Theo nguồn tin thông tấn xã Bích Lan, năm "lão" vào trung học, tôi mới vô mẫu giáo. Nếu trường dòng ở Thủ Đức không bị giải tán, lão đã lên thầy, lên cha gì rồi. Hèn chi, "lão" lạc lõng giữa đám con trai loai choai, đỏm dáng ở lớp tôi. Ủa, tôi kỵ "lão" mà sao lại chú ý đến lý lịch "lão" vậy. Tôi đổ bực đại qua Bích Lan:

- Khi không mày kể chuyện thiên hạ cho tao làm chi?

Bích Lan phồng mang:

- Mày mới dô diên thứ thiệt. Tao kể trông trổng dậy. Ai muốn nghe thì nghe. Đứa nào có tịch thì rục rịch.

Tôi quê cả đống, càng nghĩ, càng oán "lão". Mà chẳng nghĩ ra diệu kế nào để phản công.

Tôi ngồi trước văn phòng khoa Ngoại Ngữ, chờ cô Trâm viết giấy chứng nhận sinh viên, bổ túc hồ sơ xuất ngoại. Mọi khi, tôi túm tụm với đám bạn chọc trời khuấy nước của tôi. Hôm đó, chẳng hiểu sao tôi lại ngồi một mình, đang mê mẩn đọc *The Doll's House* của C. Mansfield. Tự nhiên, tôi cảm tưởng như có sự lạ gì đang xảy ra chung quanh. Tôi ngước lên. Chúa Phật ôi, "lão" đang đứng trước mặt tôi. Cặp mắt "lão" như cười sau mắt kính:

- Bạn bè đâu mà ngồi một mình đây?

Tôi muốn nói câu gì cho thật ác liệt. Đám bạn cứ khen tôi mồm năm, miệng mười. Xúi tôi phá làng phá xóm, trẻ chẳng tha, già chớ thương. Mà sao giờ tôi câm như hến vầy trời.

- Tôi gởi cái này cho người áo vàng.

"Lão" rút trong túi ra tờ giấy gấp nhỏ, rồi đặt lên cuốn sách tôi đang mở rộng. "Lão" đi mất dạng, tôi vẫn chưa hoàn hồn. Mất mặt binh chủng quá. Đám bạn biết tôi bị điểm huyệt như vầy, chúng cười thúi đầu. Tôi vội vàng gấp cuốn sách lại, nhìn láo liên, tưởng như chúng núp đâu đó, quan sát tôi, đang ôm bụng cười um sùm bất nhã. Hên quá, chẳng có đứa bạn nào quanh quẩn. Tôi cất cuốn sách vào cặp, vừa chạy về hướng *canteen* của trường, vừa cầu trời đừng gặp đứa bạn nào trong lúc này. Bên cạnh *canteen*, sau gốc phượng, tôi yên tâm, đám bạn giờ này chẳng héo lánh đến đây. Tôi thấy mình hình như đang run. Cố định thần, tôi giật mình khám phá mình hôm nay mặc áo vàng. Tôi lính quýnh lật cuốn sách, mở tờ giấy. Tôi tưởng như mắt mình hoa lên. Trời ơi, nét chữ đẹp tuyệt. *"Em về nắng đẹp hôm nay, Ấp e tà áo vàng bay lụa là, Chia tay khuất nẻo giang hà, Xinh sao một chút tình ta tình người, Rung rinh sợi cỏ vành môi, Trăm năm giữ lại đôi lời yêu thương"* (H. Văn). Tai tôi như ù đi. Tôi thừ người một hồi. "Lão" "triệt" tôi rồi. Vầy thì chỉ có nước đầu hàng vô điều kiện. Tôi quên bẵng chuyện phải lấy giấy chứng nhận. Tôi về phòng học, không dám đảo mắt ở dãy ghế cuối, sợ bắt gặp ánh mắt của "lão".

Suốt giờ học *Reading Comprehension*, thầy giảng bài chẳng lọt vô tai tôi chữ nào. Khi đám bạn léo nhéo rủ đi xem phim *Sạc Lô Kinh Đô Ánh Sáng*, rồi kéo qua Đinh Tiên Hoàng ăn gỏi bò khô, tôi lắc đầu nguầy nguậy:

- Hôm nay tao nhức đầu, tụi bây đi đi.

May, chẳng có đứa nào sinh nghi, hỏi han lôi thôi, chúng chỉ cười:

- Chu choa ơi, bữa nay heo bịnh, bỏ cám rồi!

Tự nhiên, tôi đâm ra yêu trường, yêu lớp hơn. Tự nhiên, tôi thích mặc áo vàng hơn. Thủ tục xuất cảnh của gia đình chúng tôi suôn sẻ, nhanh chóng. Ai cũng bảo chúng tôi là những người may mắn nhất trần đời. Tôi không cảm thấy cái diễm phúc xuất ngoại bao người trầm trồ. Tôi buồn lắm, rời quê hương, không biết bao giờ mới có ngày về. Chắc đâu đó trong hồn tôi cũng có lý do khác. Những ngày cuối ở trường, lúc nào tôi cũng giữa đám bạn chộn rộn. Có lúc tôi bắt gặp ánh mắt "lão" từ xa, buồn buồn. Tôi thoáng có ý nghĩ "lạc bạn", đứng đâu đó một mình. Rồi tôi sợ đám bạn biết được "âm mưu đen tối" của tôi, rồi tôi ngại thế này, thế kia.

Bích Lan len lén nhét vào tập tôi lá thư, nói khẽ:

- Ông cha xứ gởi cho mày đó.

"Cô bạn thông minh quý mến," Coi thử! Tôi sắp sửa vĩnh viễn rời xa nơi đây, mà người ta không thèm gọi tên tôi nữa. "... Tôi chúc cô bạn luôn vui và yêu đời, chứ đừng yêu ai." Tôi bần thần, đọc đi, đọc lại lá thư dài và mấy bài thơ. Tôi nhờ Bích Lan nhắn lại với người ta, tôi cám ơn lời chúc lành. Tôi muốn nhờ Bích Lan nói với người ta, tôi không ghét người ta, nhưng tôi chẳng dám nói. Tôi rời Việt Nam. Tôi không cố ý học, mà thuộc lòng mấy bài thơ người ta gởi. *"Vì em là con gái, Vì anh là con trai, Nên em thường mắc cỡ, Anh quá đỗi ngây ngô, Tim anh không biết giận, Nên thường yêu vu vơ, Tim anh chưa lận đận, Nên nào tính hơn thua, Lo đời anh vất vả, Anh buồn nên làm thơ... Anh hay buồn vu vơ, Chắc yêu em dạo nọ, Nên thường buồn vu vơ..."* (H. Văn). Lời chúc của người ta thành sự thật phần nào, tôi luôn vui và yêu đời nhưng tôi có yêu ai. Tôi không hề liên lạc, nên không biết người ta có thỉnh thoảng buồn vu vơ chăng. Nhận thư Bích Lan, tôi mong mong xem có ai nhắn gởi lời thăm tôi. Mấy năm sau, có lần thư cho tôi, Bích Lan hỏi, "Còn nhớ ông cha xứ không? Lấy vợ rồi. Bây giờ làm chủ tiệm vàng, giàu sụ. Tao tình cờ gặp chị Khanh lớp mình, nghe kể như vậy". Tôi bỗng dưng buồn vu vơ. Chữ đẹp như vậy, mà chỉ dùng để viết hoá đơn hàng vàng, uổng quá!

* * *

Chị Ngà hí hửng:

- Mới nhận thư Phiên hôm qua.

Tôi lơ đãng:

- Dạ, dạ.

- Phiên viết cho hai chị em luôn đó.

Mắt tôi dán chặt vào ti vi, tường thuật những đợt rét kinh hồn đang đi qua miền đông bắc Mỹ.

- Dạ, dạ.

Chị cười khì khì, dúi bao thư vào tay tôi:

- Đọc đi, đọc đi. Hấp dẫn lắm.

Đầu óc tôi lơ mơ những hình ảnh các thành phố chìm trong tuyết, cuộc sống như ngừng trệ:

- Dạ, dạ, em đọc liền.

Tôi cầm lá thư đưa tới, đưa lui trước mặt để điều chỉnh khoảng cách. Chị Ngà tốt bụng:

- Cún, con lên lầu lấy kính của mẹ cho dì mượn.

Tôi giả lả:

- Mắt em tốt lắm, chưa cần đâu.

Khi tôi mang kính lão của chị Ngà, ôi chao, như phép màu. Tờ giấy như trắng hơn, màu mực như đậm hơn. Thôi rồi! Vậy mới biết mình già hơn xưa. Trời trời, *nét bút đa tình lả lơi* thiệt. Trí nhớ của tôi đang duyệt qua những dữ liệu được lưu trữ. Tôi chắc chắn chưa thấy nét chữ này bao giờ. Anh Phiên viết mấy dòng thăm hỏi hai chị em. Mong có ngày tái ngộ, và vẫn luôn chờ tôi (?!). Nếu đánh vần kỹ càng từng chữ, cũng chỉ hai phút là xong. Nhưng tôi vẫn để tờ thư trước mặt, như đang ngắm một bức tranh. Chị Ngà nửa cười với con Bé, nửa hát:

- Ngó bộ dì mi đang đọc lá thư xưa một trời luyến tiếc rồi Bé ơi.

Quay qua tôi, chị dễ dãi:

- Mi cứ cất lá thư đi, miễn đừng để thất lạc địa chỉ. Nhớ viết cho hắn vài chữ nghe.

Tôi cười ruồi:

- Dạ, em chỉ mượn thôi. Kỳ tới về, em trả chị.

Lần này, nếu chị không nhắc, tôi vẫn viết thư trả lời. Để coi, tôi sẽ bắt đầu thư như thế nào. Anh Phiên thân. Xạo quá, hông biết người ta là ai, thân sao nổi. Anh Phiên kính. Cũng tạm, đằng nào ảnh cũng hơn mình nhiều tuổi. Nghe sao nghiêm chỉnh quá, như thư viết gởi thông gia, hỏi vợ cho con. À, tại sao không là anh Phiên mến. Tôi không mến anh vì có nhớ gì về anh đâu. Nhưng mến nét chữ, kiểu như phút đầu gặp... chữ tinh tú quay cuồng. Tôi sẽ viết, rất vui khi nhận được thư viết tay qua đường bưu điện. Thời đại tân kỳ bây giờ, thông tin chạy ào ào trên liên mạng, bạn bè trao đổi địa chỉ nhau lúc nào cũng có chữ a còng @. Nhận được tờ thư viết tên mình, bằng nét chữ riêng của người gởi, chứ không phải mẫu chữ *Arial* hay *Times New Roman* phổ biến, tôi cảm thấy khoảng cách rút ngắn lại. Tự nhiên tôi thấy vui. Niềm vui đang khe khẽ những bước trong hồn. Tôi sẽ mượn máy hát của bé Cún, sẽ nghe đi nghe lại câu hát... *Ô! Lòng như giấy thơm ai vừa tô lên một nét mực xanh...* *

- Tức cười quá trời. Hôm Phiên gọi tao ở Sài Gòn, hắn nói, bữa nào hắn với Minh, hai chàng rể hụt tới thăm tụi mình.

- Trời, trời, rể hụt lận hả? Sao bữa đó chị kể, chị không nhắc chuyện này?

- Úi chao, hai đứa nhỏ lao nhao như giặc, tao quên trước, quên sau.

Chị Ngà cười lỏn lẻn:

- Bộ tiếc hả?

Tôi gỡ kính, nhìn ra sân cỏ còn phủ đầy tuyết, nhớ câu cuối trong thư anh Phiên, chúc chúng tôi hạnh phúc trong mùa xuân đang về, rất gần. Tôi như cảm được cái tiết tiểu hàn quen thuộc của những ngày đầu tháng Giêng ở quê nhà. Tôi để lá thư lên bàn, ngồi bó gối, cười tủm tỉm:

- Em cũng không biết nữa. Nếu ngày xưa em thấy nét chữ này, hông chừng chỉ có mình anh Minh là rể hụt thôi.

* Ban đầu tôi dùng chữ "vi thư" (đọc đâu đó trong báo chí Việt Nam, máy vi tính, vi thư...) cho chữ *email*, dù cảm thấy có chút gì lấn cấn, không hài lòng. May quá, anh bạn rất thân tình nhắc nhở, dùng chữ "vi thư" là chưa đắc, dùng "thư điện tử" thì chính xác mà hay hơn. Thầy dạy nhạc của tôi dí dỏm: "Vi phản nghĩa của vĩ. Điệu này, đọc vi thư của HQ chắc phải xài kính phóng đại..." Tôi rất vui, được nghe những lời góp ý, mời chữ "vi thư" đi chỗ khác chơi. Từ đây, *email* luôn là "thư điện tử".

Trích lời ca trong các nhạc phẩm:
Ngày Tháng Hạ của nhạc sĩ Phạm Duy
Hè Về của nhạc sĩ Hùng Lân
Đón Xuân của nhạc sĩ Phạm Đình Chương
Mùa Xuân Trên Đỉnh Bình Yên của nhạc sĩ Từ Công Phụng
Lệ Đá của nhạc sĩ Trần Trịnh, lời của thi sĩ Hà Huyền Chi
Lá Thư của nhạc sĩ Đoàn Chuẩn Từ Linh
Nhờ Em Giữ Lấy Tình Ta của nhạc sĩ Hoàng Xuân Giang

Những câu thơ trích trong bài thơ *Áo Vàng* và *Con Dế Gáy Quên Đời* của H. Văn.

CHÀNG NGHỆ SĨ

Tưởng nhớ anh Dương Quang Hùng

Ở tuổi 13, cô trở thành cánh tay đắc lực của Mạ cô, phụ giúp Mạ trông coi quán cà phê. Thuở đó, cô chưa hề có chút dáng dấp của nhân vật "nàng" trong bài thơ *Tuổi Mười Ba* của Nguyên Sa. Cô cũng chưa được phép đọc báo *Tuổi Ngọc*. Cô mê mẩn chúi đầu, chúi mũi vào báo *Thiếu Nhi* và *Tuổi Hoa*. Cô vương vương buồn, rưng rưng nước mắt, khi đọc *Chiếc Lá Thuộc Bài* của Nguyễn Thái Hải. Cô hồi hộp, tim đập thình thịch, lúc đọc *Pho Tượng Rồng Vàng* của Hoàng Đăng Cấp. Vậy thôi. Cô thuần là một đứa con nít, biết cộng trừ nhân chia nhanh nhảu, để giúp Mạ ngồi thâu tiền cà phê ở quầy. Thật ra, cô có hai người chị thuộc hàng giai nhân, đủ tiêu chuẩn *làm say mê bao gã thiếu niên đa tình**. Nhưng hai chị đang bận rộn những năm cuối của trung học. Bởi thế, văn nhân tài tử đến quán cà phê, ít khi thấy hai bóng hồng, dù chỉ thấp thoáng. Mà chỉ thấy con bé lấp ló sau quầy, mắt chăm chú đọc những tờ giấy ghi đặt các thức uống, hoặc hý hoáy trên mấy hóa đơn tính tiền.

Chuyện bưng dọn có nhiều người phụ giúp. Cho nên, việc ngồi quầy tính tiền của cô xem ra khá nhàn nhã. Quán mở cửa từ 6 giờ chiều. Cho đến 8 giờ tối, quán lưa thưa khách. Cô tương đối rảnh rỗi, có thể đọc vội vài trang sách. Ờ, có cuốn *Chiếc Bẫy Kỳ Nhông* của Thụy Ý vừa về tuần này, cô không thể chờ được nữa. Cô nôn nao lật vội cuốn sách vẫn còn thơm mùi giấy mới, mùi mực in. Có người khách đầu tiên đến, ngồi bàn số một, bàn ở ngoài cùng, sát hàng rào bông giấy. Chị Mến ra tiếp, trở vào, nói với cô: "Bữa ni lại có anh nớ mở hàng". Chị đưa cho cô tờ giấy nhỏ, do khách ghi thức uống mình muốn đặt. Cô nhìn tờ giấy: 1 ly cà phê đen. Nét chữ thật đẹp, thật lả lướt. Cô đã quen nét chữ. Đó là anh láng giềng. Ở bên kia đường, chênh chếch với quán cà phê của gia đình cô. Trong con mắt của cô, anh là người lớn, rất lớn. Anh có vẻ cao to và chững chạc hơn ông anh kế của cô nhiều. Về sau, cô biết thêm, anh ở cùng nhà với hai người em gái. Một người trang lứa với chị của cô, một người ngang lớp em gái cô. Anh hay đến sớm, ngồi nhâm nhi cà phê một mình. Sau đó, thêm vài bạn bè kéo ghế ngồi chung với anh ở bàn số một, bên cạnh chậu mai tứ quý. Có khi anh đến lúc quán còn vắng, anh không đặt thức uống, chỉ xin ngồi nghe nhạc. Anh yêu cầu bài *Như Cánh Vạc Bay*. Mạ cô đã đôi lần gặp anh, có cảm tình với cậu thanh niên hàng xóm hiền lành. Mạ kêu chị Mến đem cho anh bình trà. Anh uống trà, nghe thêm vài bản nhạc rồi lặng lẽ về, trước giờ quán cà phê chộn rộn, xôn xao khách hàng vào ra. Không hiểu vì lẽ gì, thấy anh, cô lại liên tưởng đến hình bìa của cuốn sách bày bán trên nhà sách của gia đình cô. Cuốn *Chân Dung Chàng Nghệ Sĩ Trẻ (A Portrait of the Artist as a Young Man)* của James Joyce. Cô chưa đọc cuốn sách này, nên không biết nội dung cuốn sách. Bởi, cô vẫn tuân theo luật bất thành văn của Ba Mạ cô. Nếu sách dịch, chỉ được đọc những sách ở tủ giữa, những cuốn như *Tâm Hồn Cao Thượng, Vô Gia Đình...* Thật lạ, sau này, nhắc đến anh, nhỏ em kế của cô cũng có ấn tượng như cô về anh nghệ sĩ. Đã mấy chục năm qua, mà hai chị em cô vẫn như còn tưởng như thấy được hình bìa của cuốn sách trên kệ tủ.

Thuở đó, khách hàng quán cà phê của nhà cô hình như ai tâm hồn cũng lai láng thơ văn. Các anh lớn, có lẽ đa số đang những năm cuối của trung học. Cô nghe loáng thoáng, ban C là ban văn chương thi phú. Cô đang học lớp 7, chưa có khái niệm rõ rệt về cách chia ban của trung học đệ nhị cấp. Cô nghĩ, anh giống nghệ sĩ quá, chắc là anh theo ban C. Một hôm, chị Mến nói: "Anh nớ nhờ chị đưa cho em cái ni." Chị đưa cô tờ giấy nhỏ, gấp đôi. Còn sớm, vắng khách, cô nhẩn nha mở tờ giấy đọc:

Biết tóc em có mượt,
Biết mắt em có nâu,
Bởi nào dám nhìn sâu,
Ta e em sớm sầu.

Chữ viết của anh đẹp quá, mấy câu thơ trên tờ giấy nhỏ trông như một bức họa. Cô hiểu những từ, những ngữ trong bài thơ. Nhưng có lẽ cô còn quá nhỏ để thấm ý thơ. Cô thấy vui, định gặp anh nói lời cám ơn. Nhìn ra bàn số một trống trơn. Anh đã rời quán, có lẽ đang băng qua đường - đại lộ Quang Trung- về nhà, ôn chút bài vở cho kỳ thi tú tài sắp tới. Cô cất bài thơ của anh trong hộc tủ, rồi cô quên khuấy đi.

Anh nghệ sĩ vẫn đến quán cà phê vào giờ sớm. Quán đang để nhạc hòa tấu. Cô nhờ ông anh cô thay cuộn băng nhạc *Tứ Quý* vào máy. Cô nghĩ, anh nghệ sĩ có lẽ rất thích giọng ca Lệ Thu, Duy Trác. Cô được thảnh thơi với việc ngồi quầy cà phê hơn hai năm. Cơn lốc 1975 đã dữ dội thay đổi nhịp sống gia đình cô. Ba cô đi "học tập". Hai chị lớn vào Sài Gòn. Mạ cô buộc lòng phải cho những người phụ giúp trong nhà nghỉ việc, vì sợ mang tiếng "tư bản". Mấy Mạ con phải tự xoay sở, lo toan mọi việc của quán cà phê. Cô không còn thong dong ngồi ở quầy đọc truyện giờ sớm. Cô và nhóc em trai lo việc "ngoại giao" đằng trước. Mạ cô và mấy đứa em khác lo việc "nội vụ" đằng sau. "Két" cà phê chẳng có ai ngồi. Vì hai chị em bận tíu tít, lo bưng dọn lẫn tính tiền. Hai chị em như những vận động viên chạy ma-ra-tông, khuôn viên của quán cà phê là vận động trường. Mấy tháng đầu sau đổi đời, quán không có nhạc. Vì gia đình cô không dám mở nhạc vàng, mà nhà lại chẳng có nhạc xanh, nhạc đỏ của thời cuộc. Dầu vậy, anh nghệ sĩ vẫn thường xuyên có mặt.

Cô buồn lo, không biết những ngày trước mặt sẽ tăm tối như thế nào. Tiệm sách của Mạ cô đã bị đóng cửa. Lúc này quán cà phê là nguồn thu nhập duy nhất cho gia đình cô. Cô giấu đâu đó cái tươi tắn của thiếu nữ bước vào tuổi trăng tròn. Máy hát băng nhạc đã phải ngừng hoạt động hẳn. Khách hàng ngồi quán nhìn quanh, thấy những khuôn mặt quen, chắc là "phe ta", thế là cất giọng, hát cho nhau nghe. Quán bây giờ chỉ còn những màn văn nghệ "tại chỗ" bất ngờ như vậy thôi. Mạ con cô nhiều khi rất hồi hộp, vì sợ tai vách mạch rừng. Nhưng những "tiểu nhạc hội" đã giúp cô đôi phút quên đi được những nhọc nhằn, lo lắng của cuộc sống. Bữa nọ, cô đưa cho anh nghệ sĩ bảng thức uống kèm tờ giấy trắng nhỏ để đặt hàng. Khi cô nhìn vào tờ giấy để biết khách hàng muốn uống gì, thì lại thấy mấy hàng chữ, chứ không phải chỉ ngắn ngủn ghi 1 ly cà phê đen. Cô mân mê tờ giấy có bức tranh thơ:

Có một điều khó nói,
Dễ thương nhất trên đời,
Vì em chưa chịu hỏi,
Nên tôi giữ mình tôi.

Cô chưa kịp xao xuyến đọc đi, đọc lại bài thơ. Tai ương đã ập xuống. Mấy Mạ con cô bị đuổi ra khỏi nhà. Ngôi nhà gia đình cô đã bao năm ở đó, khoảnh vườn phía trước trở thành quán cà phê được ba cái tết Nguyên Đán, bỗng nhiên là tài sản của nhân dân. Mấy chị em cô cầm tờ lý lịch đen như mực, không hy vọng gì được bén mảng đến trường. Gia đình cô xuôi nam, từ giã thị xã nhỏ bé nhưng nhiều kỷ niệm. Sau hai lần di cư, gia đình cô lạc nghiệp ở Âu Châu.

Có lẽ ý nghĩ ngộ nghĩnh của hai bài thơ ngắn đã đi vào tiềm thức của cô. Thuở tóc còn xanh, hình như cô đã đôi lần *"chưa chịu hỏi"*, để những điều *"khó nói"* vẫn mãi *"dễ thương nhất trên đời"*. Có lẽ nhờ vậy, đến bây giờ, gần bốn thập niên đã qua, cuộc sống của cô vẫn có được nhiều khoảnh khắc hạnh phúc. Cô vẫn giữ được mắt kính nhiệm mầu, tô hồng những giấc mộng ngắn dài của cuộc đời.

Cô được biết, anh nghệ sĩ đã nhiều năm là thầy thuốc mát tay chữa bệnh. Anh cũng là nhạc sĩ có tiếng tăm trong làng văn nghệ.

Dù bao năm không hề liên lạc, dù hình ảnh còn lại trong trí về anh chỉ là đôi nét mờ ảo, mơ hồ, cô vẫn thật xúc động, khi biết tin anh qua đời hôm rằm trung thu năm nay.

Đó đây, giới văn nghệ nhắc đến anh với bài hát *Màu*

Xanh Thời Gian. Thân hữu của anh trầm trồ nhạc phẩm *Gió Bắc,* bản tình ca khởi đầu mối tình vượt thời gian của vợ chồng anh. Anh ra đi để lại bao thương tiếc trong lòng gia đình, bè bạn và rất nhiều tha nhân. Người ta nhớ đến anh là vị bác sĩ từ tâm, quảng đại, là nhạc sĩ tài hoa. Có những giọng ca thời thượng trình bày nhạc phẩm của anh. Trên liên mạng, rất nhiều người ái mộ anh, đã có những chùm thơ, đoản văn viết về anh.

Riêng cô, tưởng nhớ đến anh qua hình ảnh chàng nghệ sĩ. Nghệ sĩ trong tâm hồn chứ không phải nghệ sĩ của màn nhung, đèn màu. Qua anh, cô đã có được ấn tượng thật đẹp về người nghệ sĩ. Anh ra đi khi tuổi đang dần bước vào ngưỡng cửa *Sáu Mươi Năm Cuộc Đời.* Nhưng trong trí cô, anh vẫn mãi là chàng nghệ sĩ trẻ với tấm lòng nhân ái, với mắt nhìn đầy tin yêu vào cuộc sống.

Cô xin thắp một nén nhang cầu nguyện hương hồn anh sớm về miền vĩnh phúc.

Vĩnh biệt anh, vĩnh biệt chàng nghệ sĩ trẻ.

Tháng Chín 2011

---

* Lời trích trong nhạc phẩm:
Cô Hàng Cà Phê của nhạc sĩ Canh Thân

MĂNG NON VÀ VĂN BÚT LƯU VONG

(Hoàng Quân, Ngô Nguyên Dũng, Frankfurt 10.2018)

Thời giữa thập niên 80, gia đình chúng tôi đến Đức được vài năm, tạp chí Độc Lập và *Măng Non* (sau này đổi thành *Văn Nghệ Trẻ*) là những món ăn tinh thần quý giá. Học tiếng Đức thật vất vả, trầy vi, tróc vảy. Bởi thế, chúng tôi thèm thuồng món ăn chữ nghĩa Việt ngon ngọt, vừa quý, vừa hiếm này. Nhận được tờ báo tiếng Việt, chúng tôi đọc từ trang đầu đến trang cuối, không bỏ sót mục nào. Đọc xong, chuyền tay qua anh chị em khác.

Từ thuở bé, tôi ưa ghi ghi, chép chép, không đầu, không đuôi, chỗ này vài câu, chỗ kia đôi dòng. Tôi có vô số tập vở to nhỏ, mỏng dày nhiều loại, để phục vụ những sinh hoạt ngoài học đường. Vào trường trung học Đức, không biết tự lúc nào, năm bảy dòng chữ tiếng Việt của tôi thỉnh thoảng góp mặt trong tập vở học chi chít tiếng Đức, toán, lý, hóa... Nhà trường Đức không có lệ kiểm soát sách vở của học trò. Chứ không, e rằng tôi bị ăn trứng vịt lộn, vì thầy giáo sẽ thắc mắc, tại sao giữa bài làm tóm tắt *Die Waage der Baleks* của Heinrich Böll, có đoạn viết bằng ngôn ngữ gì thầy chẳng hiểu.

Lên đại học, *computer* là "đầu tư" quan trọng, để mài dũa, tỉa tót chiếc cần câu miếng cơm trong tương lai. *Computer* của tôi, to như tủ sắt, lừng lững góc phòng, lúc ấy chỉ biết mỗi chức năng viết chữ. Cái tủ sắt này đã giúp tôi viết các bài thuyết trình trong các hội thảo chuyên ngành, chuẩn bị cho các kỳ thi chứng chỉ cũng như nhận đề tài làm luận án ra trường. Dùng *computer* viết truyện cũng giống như lạm dụng của công làm việc tư. Bởi thế, tôi rất kỹ càng, không dám lưu trữ chuyện riêng nhiều, sợ chật máy, sợ rầy rà ảnh hưởng đến "đại sự". Tôi xài mực in rất chừng... mực. Lúc ấy, các nhu liệu tiếng Việt chưa phổ biến, tôi viết tiếng Việt không dấu, in ra, đánh dấu bằng bút chì. Tất cả công đoạn đều mang tính thủ công. Tôi chưa hề biết đến văn minh *email*. Viết xong, tôi chạy ra tiệm làm bản sao, bỏ bài viết vào bao thư, ra bưu điện "âu yếm" gởi đến tòa soạn.

"Tác phẩm thủ công" đầu tay của tôi, truyện ngắn "Chó, Mèo, Chim, Cá" đăng trên báo *Măng Non* ở Tây Đức của nhà văn Ngô Nguyên Dũng. Anh Ngô Nguyên Dũng là chủ bút, chủ nhiệm, tổng thư ký... lo toan mọi việc, từ đầu đến cuối. Tôi ngạc nhiên và thật vui khi nhận được tấm bưu thiếp của anh Ngô Nguyên Dũng. Anh khen truyện "Chó,

Mèo, Chim, Cá" dễ thương và ân cần nhắc, nhớ viết tiếp. Ít lâu sau, anh Ngô Nguyên Dũng báo tin phải đình bản tờ báo, mặc dù anh rất yêu chữ nghĩa. Cơm áo hằng ngày đòi hỏi cả tay phải lẫn tay trái của anh (mà có lẽ của rất nhiều người). Anh khuyên tôi, gởi bài vở đến *Xóm Măng* của *Làng Văn*.

Tôi không gởi bài đến *Xóm Măng*, nhưng vẫn "gặp" anh Ngô Nguyên Dũng khi đọc báo *Làng Văn*. Tôi nhâm nhi những *Dòng Chữ Tâm Tình**, ngắm nhìn *Mười Hai Hoa Cúc**, làm quen với Cún 1, Cún 2, Kiki, mấy nhân vật dễ thương trong *Gia Đình Cún**. Đọc truyện của anh, ngoài những đường xưa lối cũ của Việt Nam, thỉnh thoảng bắt gặp vài địa danh của nước Đức, nhân vật người Đức, tôi có thêm chút tình... đồng hương với tác giả Ngô Nguyên Dũng.

Sau khi báo *Văn Nghệ Trẻ* đình bản, tôi liên lạc với anh Ngô Nguyên Dũng mỗi năm chỉ một lần, để đặt mua dài hạn báo *Làng Văn*. Tôi viết ít chữ, báo tin đã chuyển ngân gia hạn báo. Anh Hải, anh cả của tôi, kể, anh và anh Dũng cùng là học trò Pétrus Ký, Sài Gòn. Qua Đức du học, anh tôi theo ngành cơ khí, anh Dũng theo ngành hóa học. Họa hoằn mới gặp nhau. Anh tôi bảo, anh Dũng rất hiền lành.

Năm 2002, anh Ngô Nguyên Dũng đóng vai ông mai, "xe duyên" cho tôi với chị Hoàng Nga. Những lúc hai chị em kháo chuyện, tụi tôi nhắc anh Dũng, gọi đùa là Ngô công tử. Mấy năm sau, anh Ngô Nguyên Dũng xuống München chơi. Chúng tôi có buổi hội ngộ thật vui ở nhà chị Hoàng Nga. Anh cười cười dễ dãi, như ông anh lớn, mặc cho mấy đứa em tinh quái trêu chọc. Anh Ngô Nguyên Dũng mang theo máy chụp hình, đạo diễn cho chúng tôi chụp vài tấm gọi là để làm kỷ niệm những ngày quen nhau. Thấy hình chụp chung ba người ngồ ngộ, tôi bèn "vè":

Hoàng Quân mí lị Hoàng Nga
Quân tả, Nga hữu, giữa là Hoàng Ngô (Nguyên Dũng)

Hoàng Nga, Ngô Nguyên Dũng, Hoàng Quân, München 03.2007

Gặp anh Dũng, tôi thấy anh hiền thiệt, hiền khô, hiền queo. Anh dễ quen, dễ mến. Về sau, những *email* liên lạc của anh, dẫu chỉ đôi dòng, nhưng gói ghém những đồng cảm, đôi khi là những lời động viên, khích lệ, như của người anh dành cho em nhỏ.

Anh Ngô Nguyên Dũng đọc truyện Hoàng Quân trên *Thế Kỷ 21*, anh bình phẩm "... phải công nhận rằng Thúy đem những điều nhỏ nhặt trong đời sống thường ngày để viết ra những mẩu truyện thú vị như vậy. Không phải là chuyện dễ, và ít người làm được... " Những điều nho nhỏ ấy đem đến cho tôi niềm vui nhẹ nhàng.

Năm nay, mùa Hội Chợ Sách Frankfurt, đặc biệt có nhà văn Nguyễn Ngọc Tư, từ Việt Nam sang Đức, lãnh giải *LiBeratur*. Ỷ mình nhà sát rạt Frankfurt, tôi gởi chương trình sinh hoạt mùa Hội Chợ Sách, chèo kéo anh Ngô Nguyên Dũng đi cùng. Anh cho biết, rất muốn đi hội chợ. Nhưng anh bận bịu chăm sóc người thân, không thể vắng nhà lâu. Tuy nhiên, anh cố gắng sắp xếp đến dự Họp Mặt Thường Niên của *Exil-P.E.N* ở Frankfurt vào cuối tháng Mười. Anh rủ tôi đến nghe anh đọc truyện trong kỳ họp thường niên. Anh hỏi tôi có muốn vào hội *Exil P.E.N*. Anh sẽ tìm hiểu thủ tục và sẽ giới thiệu tôi vào hội. Tính tôi ham vui, thích sinh hoạt đoàn thể. Nghe đâu vui, háo hức tìm tới. Tôi vội đánh dấu vào sổ tay, để dành cuối tuần đến dự kỳ họp của *Exil P.E.N* ở Frankfurt. Anh Dũng gởi cho tôi những thông tin về *Exil- P.E.N*, Hội Văn Bút Lưu Vong, trực thuộc Trung tâm Văn bút Quốc tế. Điều kiện gia nhập hội là sinh hoạt trong văn chương, có tác phẩm xuất bản, và được hai người viết (thành danh) ở nước Đức giới thiệu. Tôi nhờ anh Phù Vân, chủ bút báo *Viên Giác* của Đức, giới thiệu. Lúc làm thủ tục, ông tổng thư ký hội cho biết, hai người giới thiệu phải là hai hội viên mới được. Anh Phù Vân không là hội viên. Vì vậy, tôi cần thêm người thứ hai. Một người góp ý ngay: "Tôi sẽ bàn với giáo sư Schlott. Ông ấy sẽ viết giấy giới thiệu cô". Tôi nghĩ thầm, hân hạnh quá, được ngay ông chủ tịch hội giới thiệu.

Đến phòng họp, mới hay, không chỉ đơn thuần "cho vui" như tôi nghĩ, mà là chốn sinh hoạt của những người có đủ cả tên lẫn tuổi. Có người vừa thơ, văn, và họa. Có người sách đã được dịch ra nhiều ngôn ngữ khác. Tôi như con bé học trò tiểu học đi lạc vô khuôn viên đại học văn khoa. Anh

Ngô Nguyên Dũng chu đáo dắt tôi đến chào ông chủ tịch hội, giáo sư Schlott và gặp gỡ những hội viên khác.

Hội viên vùng Đông Âu như Nga, Ukraine, Romania, Serbia cũng như vùng Trung Đông chiếm đa số của hội. Anh Ngô Nguyên Dũng là hội viên người Á Châu duy nhất có mặt trong buổi họp thường niên năm nay. Anh Ngô Nguyên Dũng đọc một đoạn trong tiểu thuyết *Tausend Jahre im Augenblick (Ngàn Năm trong Khoảnh Khắc)*. Anh Ngô Nguyên Dũng viết tiểu thuyết này thẳng bằng Đức ngữ. Sách được nhà xuất bản POP-Verlag ấn hành trong năm nay (2018). Anh kể, anh đã ròng rã "chiến đấu" nhiều năm trời, khi viết cuốn truyện này.

Chủ tịch hội, ông giáo sư Schlott, hỏi tôi: "Cô nghĩ xem, cô sẽ có những đóng góp gì cho hội?" Thật tình, tôi không dè có câu hỏi này, tôi không chuẩn bị tinh thần. May sao, lúc ấy, tôi nhanh trí, tóm tắt những điều tôi đã, đang và vẫn làm, khi ngồi vào bàn viết. "Đến nay, tôi viết bằng tiếng Việt, tiếng mẹ đẻ của tôi. Những câu chuyện của tôi trình bày, tại sao chúng tôi, những người Việt Nam có mặt ở nước Đức, ở Âu Châu. Chúng tôi làm gì để hội nhập vào xã hội Đức. Chúng tôi có thể làm được gì, để tỏ lòng tri ân với đất nước đã cưu mang, đã cho chúng tôi cuộc sống trong tự do, dân chủ. Thế hệ chúng tôi và thế hệ con cái chúng tôi có khác biệt, mâu thuẫn gì... "

Buổi họp vừa dứt, anh Ngô Nguyên Dũng vội vàng ra về, không kịp dùng bữa cơm tối thân mật với hội. Vì đường xa, chạy xe khuya khoắt, anh rất ngại. Anh đành để tôi thay thế anh, ở lại trò chuyện với những người mới quen, vào tối thứ Bảy và sáng Chủ Nhật.

Khi biết tôi là người Việt, cô Slavica, người Serbian, kể câu chuyện cô được nghe tận tai. Đầu thập niên 80, cô là y tá bệnh viện ở một tỉnh miền bắc Đức. Trong những lần tàu Cap Anamur đưa thuyền nhân vào bờ, có vài người phải ở lại bệnh viện điều trị vì tình trạng sức khỏe không ổn định. Cô được nghe được nhiều câu chuyện của thuyền nhân. Có câu chuyện gây ấn tượng mạnh mẽ nhất, đã thúc đẩy cô viết lại trong ngôn ngữ của cô. Như vậy, câu chuyện thuyền nhân Việt Nam có mặt trong một cuốn sách viết bằng tiếng Serbian những năm đầu thập niên 90. Trong một chuyến vượt biên từ một vùng biển miền Nam Việt Nam, có một phụ nữ trẻ, cùng người em trai, dắt đứa con nhỏ chuẩn bị ra khơi. Người em xuống tàu trước. Người chị, vì lý do nào đó, bị buộc ở lại, có lẽ do tàu đã quá đông người. Phút cuối, trong tích tắc, người mẹ trẻ quyết định gởi đứa con cho cậu em mang theo. Người mẹ, phút giây ấy, không đủ thì giờ cảm nhận nỗi đau đứt ruột rời xa con mình, cô chỉ kịp thảy đứa con xuống tàu, có người em đưa tay đón cháu. Thật may mắn, hai cậu cháu đã bình an đến được bến bờ tự do. Câu chuyện của mẹ con, cậu cháu đã gây xúc động tột độ trong lòng cô y tá trẻ người Serbian. Cô Slavica viết một truyện ngắn về câu chuyện này. Bây giờ, mấy chục năm qua, cô kể lại cho tôi nghe, giọng cô vẫn còn xúc động.

Giờ nghỉ giải lao, thêm vài người đến bắt chuyện. Bà Hella gật gù: "Tôi thấy đề tài về những xung đột giữa các thế hệ rất hấp dẫn." Sẵn có tờ báo (giấy) *Viên Giác* trong tay, có đăng bài *Yêu Lời Mẹ Ru*, tôi "khoe" ngay với các ông bà, đây là con trai tôi. Tôi kể sơ câu chuyện con trai học luật, các ông bà tấm tắc, *sehr interessant*, thú vị quá.

Bà Hehn, bà phó chủ tịch hội, thân ái vỗ nhẹ vai tôi: "Sang năm, họp thường niên, cô phải đóng góp phần đọc truyện đấy nhé. Chúng tôi rất vui, có thêm tiếng nói từ miền viễn đông, từ *Fernost*. Cô nói tiếng Đức giỏi đó. Cô phải dịch truyện của cô sang tiếng Đức nhé." Như một cô học trò gương mẫu, tôi lễ phép: "Vâng, tôi sẽ cố gắng. Đấy là *Hausaufgaben* cho tôi vào những tháng tới. Trước đây, tôi đã nhiều lần có ý định dịch truyện mình qua tiếng Đức. Rồi cứ hẹn lần, hẹn lữa. Nhưng lần này, tôi sẽ ghi rõ vào lịch của mình, ngày giờ nộp bài."

Buổi họp mặt bế mạc, tạm biệt với các vị hội viên, nhiều người nắm chặt tay: "Nhớ nhé! Sang năm gặp nhau ở Tübingen. Chúng tôi muốn nghe những câu chuyện của cô đấy. " Tôi muốn nói, nhưng chỉ dám nghĩ thầm: "Vâng, tôi cũng muốn được các ông bà lắng nghe câu chuyện của tôi."

Exil-PEN Sektion deutschsprachige Länder – Frankfurt 10.2018

Trên con đường từ *Măng Non* của thế kỷ trước đến *Văn Bút Lưu Vong* của hôm nay tôi đã có những dấu mốc đặc biệt cho mình, được nhìn những bài vở của mình đăng trên các báo ở Đức, ở Mỹ, Gia Nã Đại. Được cầm trên tay ba tập truyện đã được xuất bản và phát hành.

Năm sau, tôi còn 12 tháng để chuẩn bị kể câu chuyện của mình bằng tiếng Đức.

Hôm nay, tôi muốn kể câu chuyện về *Măng Non* và *Hội Văn Bút Lưu Vong* bằng tiếng Việt. Nghe xong chuyện của tôi, có lẽ anh Ngô Nguyên Dũng sẽ nhắc: "Nhớ viết tiếp tiếng Việt và viết thêm tiếng Đức nhé Thúy." Có lẽ tôi sẽ nhủ thầm: "Đừng dời việc gì qua ngày mai, nếu có thể dời việc ấy qua ngày mốt. Bởi, ngày mai, Thứ Bảy, tôi bận làm cô giáo dạy tiếng Việt cho bầy trẻ nhỏ."

Ngày mốt, Chủ Nhật, tôi nhất định sẽ khai bút, dịch từ tiếng Việt sang tiếng Đức vài truyện ngắn của Hoàng Quân.

Tháng Mười 2018

---

* *Dòng Chữ Tâm Tình, Mười Hai Hoa Cúc, Gia Đình Cún*: những tập truyện của Ngô Nguyên Dũng

TẬP LÀM VĂN

Tôi yêu tiếng Việt từ thuở bé tí ti. Bập bẹ tập đọc trong lớp mẫu giáo của thầy Thống ở Quảng Ngãi, i u ư, o, ô, ơ, a ă â, e ê y, tôi đã cảm thấy những vần, những chữ hấp dẫn hơn nhảy cò cò, chơi ô quan. Thời tiểu học, môn vẽ của tôi được thêm điểm nhờ tôi đặt tên cho "họa phẩm" của mình. Cô giáo bảo vẽ con gà. "Bức tranh" của tôi là một con vật nửa chim, nửa gà với tựa đề "Chú gà trống oai vệ". Tập vẽ cây cảnh, tôi chăm chút cả buổi, nguệch ngoạc hai cây dừa, thêm vài nét lăng quăng như sóng, gắn tên "Hàng dừa ven sông". Những giờ tập làm văn, những bài học thuộc lòng luôn là niềm vui cho con bé học trò tiểu học.

Theo tổ chức trường trung học, lớp học có nhiều chức vụ khác nhau. Có những chức vụ rất oai, được ưa chuộng. Chức trưởng ban văn nghệ, hát hò vui nhộn, nhiều học trò ngắm nghé. Năm lớp chín, tôi được bầu làm trưởng ban báo chí, mặc dù trong lớp nhiều trò khác văn hay, chữ tốt hơn tôi. Chức không cao như trưởng lớp, quyền không trọng như thư ký, cũng không vui như trưởng ban văn nghệ, nhưng tôi hoan hỉ nhậm chức. Làm báo Xuân, chúng tôi kéo nhau lên nhà người anh họ của tôi, nhờ anh vẽ ông táo bên cạnh sở táo quân. Trong trí nhớ của tôi còn lờ mờ hình ông táo khòm khòm, đội mão, ốm tong teo, mặc áo dài với quần đùi. Tôi bắt chước tạp chí *Tuổi Ngọc*, vẽ mấy con kiến vàng cầm bảng với những danh ngôn, lời hay, ý đẹp. Tôi đóng góp bài vở, nhưng chắc dở òm, nên không còn nhớ mình viết gì.

Biến cố 1975 đã đẩy học trò chúng tôi ra khỏi thế giới học đường hoa mộng và chấm dứt "sự nghiệp làm báo" của tôi. Sau cuộc đổi đời, môn Việt Văn lý thú tôi đã từng yêu thích chỉ còn là môn Văn nhạt tẻ, đôi khi ngột ngạt vì kèm theo lời giảng chính trị.

Mạ chúng tôi có tiệm sách lớn ở thị xã Quảng Ngãi. Từ nhỏ, anh chị em chúng tôi có thú mê đọc sách, báo. Khá môn Việt Văn, nhưng thuở trung học, tôi chưa hề gởi bài đăng báo. Tôi chỉ mon men nộp vài bài thơ ngờ nghệch mỗi khi trường làm báo xuân.

Thật ra, tôi có liên lạc tuần báo *Thiếu Nhi* một lần. Sau mùa hè đỏ lửa 1972, gia đình nhỏ bạn thân của tôi dọn hẳn vào Sài Gòn. Chúng tôi mất liên lạc, khi vừa xong năm đầu trung học đệ nhất cấp. Tôi nhớ nhỏ bạn ngẩn ngơ. Năm nọ, tôi đọc trong tuần báo *Thiếu Nhi* bài thơ *Giọt Sương Long Lanh* có ghi: "Tặng Ngọc Thúy và kỷ niệm". Tên tác giả không phải tên bạn tôi. Nhưng tôi một mực tin đó là bài thơ nhỏ bạn viết tặng. Bởi vậy, tôi nắn nót viết thư gởi đến tòa soạn *Thiếu Nhi* xin liên lạc với tác giả bài thơ.

Tuy là con nhà sách, chúng tôi chỉ được đọc sách thích hợp theo từng lứa tuổi, đúng theo "quy định" của song thân. Bởi thế, mãi đến năm lớp chín tôi mới được "chạm" đến tạp chí *Tuổi Ngọc* và mon men đến những tác giả ruột của phe "kẹp tóc". Nhớ, Nguyễn Thanh Trịnh với *Ví Dụ Ta Yêu*

Nhau, Mường Mán với *Lá Tương Tư ,* Duyên Anh với *Áo Tiểu Thư...*

Năm 1983, sau một năm miệt mài đèn sách, sắp sửa hoàn tất khóa học Đức ngữ ở thành phố Heilbronn, thầy chủ nhiệm Stein đề nghị chúng tôi làm bích báo. Tôi hăng hái xin đảm nhận "trọng trách" chủ bút. Tạp chí *Der Spiegel* (Tấm Gương) là tạp chí tin tức hàng đầu của nước Đức. Trong lớp Đức ngữ trung cấp, mỗi khi thầy cô giáo trích đoạn của báo *Der Spiegel* cho chúng tôi đọc, bắt phân tích diễn giải, chúng tôi vò đầu, bứt tai, khổ sở lắm. Liên tưởng đến danh giá của *Der Spiegel,* tôi "sính chữ", đề nghị đặt tên tờ bích báo của lớp là *Der Schulspiegel* (Tấm Gương Học Đường). Cả lớp cùng góp sức, nội dung tờ báo khá khiêm nhường, văn thơ ngô nghê, bởi tiếng Đức sau một năm vẫn còn... ngọng nghịu.

Làm báo *Der Schulspiegel,* 1983

Nhớ mang máng những mẩu báo ngày xưa ở trường Nữ Trung Học, tôi lăng xăng, vẽ vời đạo diễn. Nhờ vài bàn tay khéo léo của những học trò khác, tờ báo trông đẹp ra phết. Rời trường Đức ngữ, tôi vẫn giữ liên lạc với thầy Stein. Nghe nói, thầy vẫn cho treo tờ báo ở tường của phòng học. Tôi xin thầy Stein gói ghém tờ báo, nhờ bạn học khệ nệ mang lên trường mới cho tôi. Tờ báo nằm trong góc phòng tôi một thời gian. Đậu tú tài, dọn nhà đi, tôi đành phải cho tờ báo vào sọt giấy. Nghĩ lại tiếc ghê.

Những năm ở trung học Đức, tôi phải (hay được) nghiền ngẫm văn chương Bertholt Brecht, Max Frisch... Tôi thuộc đôi vần thơ trong bài *Zauberlehrling* của J. W. Goethe. Tôi bình luận *Die verlorene Ehre der Katharina Blum* của Heinrich Böll, *Unterm Rad* của Hermann Hesse...

Trình độ Đức ngữ của tôi đạt "tột đỉnh vinh quang" trong những năm trung học Đức. Tôi được là *Lieblingsschülerin*, học trò cưng, của những thầy cô giáo dạy môn Đức Văn. Những bài luận văn tôi viết năm bảy trang là những bài phân tích tác phẩm, tác giả, bài bình luận các đề tài thời sự, xã hội. Tôi được điểm cao, chẳng phải vì các bài luận mang tính sáng tác văn học, mà có lẽ do vốn ngữ vựng và văn phạm vững vàng của tôi. Rời trung học, sách tiếng Đức tôi đọc đa số là các loại sách chuyên ngành cho chương trình đại học. Tôi không theo dõi các trào lưu văn chương Đức hiện đại nữa. Thỉnh thoảng, nhớ những sách dịch của E. M. Remarque, tôi tìm đọc nguyên tác vài cuốn sách yêu thích ngày xưa như *Drei Kameraden (Chiến Hữu), Zeit zu leben und Zeit zu sterben (Một Thời Để Yêu, Một Thời Để Chết)*. Xong đại học, tôi hầu như chỉ xài tiếng Anh trong công việc. Bởi thế, vốn Đức ngữ của tôi ngày càng thâm thủng.

Tháng Mười năm 2018, tôi trở thành hội viên của Văn Bút Lưu Vong Đức Thoại. Ban tổ chức đề nghị tôi đóng góp mục đọc truyện trong kỳ họp thường niên năm sau. Lúc đó, tôi quá chủ quan, nghĩ thầm, chẳng ngại, mình còn cả mười hai tháng trước mặt. Tôi mơ màng nhớ đến mảnh bằng với điểm 1, điểm xuất sắc của khóa học Đức ngữ. Tôi ngỡ những hào quang của thời oanh liệt trình độ tiếng Đức của tôi vẫn còn le lói.

Khi bắt tay vào việc dịch bài viết của mình sang tiếng Đức, tôi hoảng hồn. Bài tiếng Việt tôi viết xong, ý tứ sẵn sàng, chỉ cần chuyển qua ngôn ngữ khác. Thế mà tôi mằn mò mấy tiếng đồng hồ chỉ được vài câu. May, thời buổi tân tiến, viết trong *computer*, tha hồ bôi, xóa. Tưởng tượng, nếu tôi dùng giấy trắng mực đen, có lẽ mỗi trang tôi chỉ xài được một, hai dòng, còn lại là gạch bỏ đen ngòm. Nhờ *computer,* bài vở sạch trơn. Nhưng mỗi lần đọc lại, tôi phải vá chỗ này, chắp chỗ nọ. Càng lúc, tôi càng thấm tầm quan trọng của nguyên tắc văn ôn, võ luyện.

Nhiều năm qua, viết tiếng Việt là sinh hoạt thăng hoa cuộc sống, giúp cho tôi quên hoặc "xử lý" những nhọc nhằn đó đây trong đời. Viết tiếng Việt như tận hưởng giờ ra chơi với biết bao niềm vui. Vậy mà, viết tiếng Đức, cứ như trong giờ làm bài thi, căng thẳng, khó khăn.

Nghe một số tác giả đọc sách của họ ở Họp Mặt Thường Niên Văn Bút, tôi bắt đầu thấy lung lay tinh thần. Họ có nguồn gốc ngoại quốc, nhưng họ rất Đức. Đức thật, chứ không phải Đức trên giấy tờ như tôi. Nhiều người viết một năm hai ba pho sách bằng tiếng Đức dày cộm. Đành rằng, các cụ ngày xưa đã dạy: quý hồ tinh bất quý hồ đa. Tôi cặm cụi nhiều khuya, mà chẳng được bao nhiêu để gọi là lượng, nói chi đến chất. Tôi đâm ra do dự. Ngại mình chọn đôi giày quá lớn so với chân mình. Mặt khác, tôi không muốn bỏ lỡ cơ hội trình bày những tâm tư của một người Việt sống lưu vong. Tôi nhắc đi nhắc lại, rằng, tôi mong câu chuyện của tôi cũng được những người không phải Việt lắng nghe.

Trước ngày đến dự Họp Mặt Thường Niên năm 2019, tôi liên lạc qua điện thư với giáo sư Schlott, chủ tịch Văn Bút Lưu Vong Đức Thoại. Chúng tôi đồng ý dời phần đọc sách của tôi sang năm sau 2020. Tôi sẽ có thêm thời gian. Lúc gặp nhau ở buổi họp, giáo sư rất ân cần. Ông hy sinh giờ nghỉ giải lao, ngồi lại nói chuyện với tôi. Ông tỏ vẻ rất quan tâm những đề tài tôi muốn trình bày. Ông bảo cố gắng viết, lúc nào cần lời khuyên, lời đề nghị, cứ liên lạc với ông. Đáp lại những lời cám ơn rối rít của tôi, ông chỉ khiêm nhường nói, đấy là việc, là bổn phận của ông.

Tôi đã cắn bút thật lâu khi dịch những đoạn văn có kèm ca dao tục ngữ, hoặc trích dẫn thơ nhạc Việt. Loay hoay dịch, sửa, xóa. Đọc lại vẫn không hài lòng. Đôi khi tôi phải lược bỏ hẳn cả đoạn có những từ ngữ rất đẹp của tiếng Việt, và chỉ lấy ý viết bằng tiếng Đức. Tập làm văn bằng ngoại ngữ ở tuổi quá nửa đời người coi bộ lắm chông gai.

Tôi bắt gặp trong tờ tạp chí tiếng Đức, đôi dòng trích dẫn nhật ký của nhà văn Franz Kafka: *"Verbringe nicht die Zeit mit dem Suchen des Hindernisses, vielleicht ist keines da."*

Ồ, có lẽ tôi xin phép văn sĩ, cho tôi mượn câu nói của ông để tự nhắc nhở mình trong nỗ lực tập làm văn tiếng Đức: "Đừng phí thì giờ tìm kiếm trở ngại. Có lẽ chẳng có trở ngại nào cả." Kinh nghiệm sống quý báu của văn sĩ sẽ động viên tinh thần tôi, để tôi chỉ dành thì giờ "tập làm văn" tiếng Đức. Năm tới, tôi sẽ mạnh dạn cất tiếng nói của mình, góp phần vào diễn đàn của những người viết lưu vong nơi xứ này.

Tháng 11.2019

HỒN VIỆT GIỮA TRỜI ÂU

Đầu năm, do thất nghiệp, tôi được nhàn rỗi một thời gian. Bởi thế, tôi cho phép mình sống "phóng túng" vài tháng, tức là rất hào "phóng" về thời gian, nhưng có thể "túng" bấn về tài chánh.

Trước đây, áp lực ba bên, bốn bề, tôi quá tất bật. Người lật đật hơn cả con lật đật. Giờ, được tự do thoải mái, tha hồ thức khuya, dậy trễ. Cho nên, với tôi, mất việc lần này, xem ra, thật được việc.

Từ thư viện thành phố, tôi ẵm một chồng sách về gối đầu giường. Đọc sách giấy mỏi tay, tôi vào *internet,* tìm các trang mạng quen thuộc, đọc tất cả các mục. Tôi đang trong thời kỳ "si mê" *Tìm Một Ánh Sao* của nhạc sĩ Hoàng Trọng. Ngày nào, cũng vài lần, tôi "tìm một ánh sao" qua giọng hát ca sĩ Mai Hương với hòa âm của nhạc sĩ Lê Văn Khoa. Vừa nghe nhạc, vừa lang thang trong xóm làng chữ nghĩa trên mạng, tôi bắt gặp thông tin trong trang T.Vấn & Bạn Hữu về buổi ra mắt phim *Lê Văn Khoa- Một Đời Cho Nghệ Thuật* của Viet Nam Film Club*. Tưởng tượng như mình đang nghĩ đến "người trong mộng". Bỗng nhiên, có ai nhắc, hứa, sẽ kể chuyện về "người ấy". Buồn ngủ mà được chiếu hoa, thích thật. Tôi mừng rỡ reo vui, thật là một sắp xếp đáng yêu của cuộc sống. Bằng mọi cách, tôi sẽ đến dự buổi ra mắt phim.

Viet Nam Film Club là "dân" Mỹ. Thế mà ra mắt phim đầu tiên ở Âu Châu. Như vậy, mình được ưu tiên hơn cả dân Mỹ. Tôi vội chuyển tiếp thông tin cho người thân, bạn bè và rủ rê gia đình đi Pháp. Buổi ra mắt phim sẽ vào Chủ Nhật. Tôi nhẩm tính, mình vẫn trong tình trạng "bảy nghề" vào những tháng tới, sẵn dịp, du xuân ở kinh đô ánh sáng Paris vài bữa. Nhưng mình tính không bằng trời tính. Thật bất ngờ, chỉ trong vòng hai tuần lễ, tôi được hãng mời đến phỏng vấn và nhận việc làm, vài ngày trước khi tôi đi Pháp. Mới vào hãng 4 ngày, tôi không thể nghỉ phép. Nhưng tôi nhất quyết không bỏ lỡ chuyến đi dự ra mắt phim. Tôi phải thay đổi chương trình. Phải đi, về trong ngày. Buổi ra mắt phim vào trưa Chủ nhật. Tờ mờ sáng, vợ chồng chúng tôi, cùng với người chị và người bạn, rời Đức, chạy nước rút để đến nơi vào 12 giờ trưa. Chương trình kết thúc khoảng 7 giờ tối. Chúng tôi phóng một mạch về lại Đức, kịp sáng hôm sau, thứ Hai tôi đi làm.

Chủ nhật, ngày 08.04.2018, ngoài trời nắng xuân trong lành, trong lòng những người đến dự buổi ra mắt phim cũng rộn rã niềm vui. Địa điểm tổ chức là hội trường C. Royal, thanh lịch, ấm cúng ở Vitry-sur-Seine, gần sát Paris. Trên sân khấu, có trưng chân dung nhạc sĩ Lê Văn Khoa qua nét cọ của ông Bút Tre Kỳ Văn Cục.

Nơi đây, chúng tôi cùng đứng chào cờ Việt Nam Cộng Hòa, cùng hát quốc ca Việt Nam.

Nơi đây, chúng tôi rưng rưng cảm động, nghe ca sĩ

Ngọc Hà, người vợ, người bạn đời của nhạc sĩ Lê Văn Khoa hát hai nhạc phẩm *Mơ Về Quê Tôi* và *Nhớ Em*.

Hoàng Quân và nhạc sĩ Lê Văn Khoa
(Ảnh: HTT&TBA)

Nơi đây, chúng tôi được nghe nhạc sĩ Lê Văn Khoa tâm tình. Nhạc sĩ mong muốn đem nhạc dân tộc ra khỏi biên giới Việt Nam, giới thiệu âm nhạc Việt Nam với thế giới. Nhạc sĩ Lê Văn Khoa mong ước người Việt vẫn còn yêu thương âm nhạc Việt. Âm nhạc cũng như xã hội, mỗi người có nhiệm vụ riêng, khác nhau. Mỗi người đều là phần tử quan trọng của xã hội. Quan trọng là thi hành nhiệm vụ đúng lúc, đúng chỗ. Nuôi quân nghìn ngày, dùng quân một giờ. Đơn cử trường hợp người chơi phèng la trong ban nhạc. Người ấy phải tập dượt cùng ban nhạc rất nhiều giờ. Mà trong buổi trình diễn, có thể người ấy chỉ một hai lần gõ phèng la. Nhưng tiếng phèng la vẫn cần thiết để buổi hòa nhạc được trọn vẹn.

Nơi đây, lần đầu tiên tôi gặp ông Chu Lynh, người đã miệt mài làm những cuốn phim tài liệu Việt Nam (Hồn Việt – Quốc Kỳ Quốc Ca Việt Nam, Hồn Tử Sĩ...) có giá trị. Ông Chu Lynh thuộc mẫu người nói ít, làm nhiều. Ông có đôi lời gọn. Đại khái ông kể, ông đã nghe đâu đó "phương châm", nếu không nói được nhiều trước đám đông, thì hãy làm việc thật tốt với máy móc phía sau hậu trường.

Ngoài ra, chúng tôi được hội ngộ những tên tuổi khả ái của Pháp. Nhạc sĩ Trần Quang Hải phát biểu ngắn. Ông bảo, nếu người ta gọi ông là nhạc sĩ, ông phải gọi ông Lê Văn Khoa là nhạc sư. Bởi theo ông Trần Quang Hải, ông chỉ là người viết bài nhạc. Còn nhạc sư Lê Văn Khoa soạn nhạc, hòa âm, phối khí...

Ca sĩ Bạch Yến, dẫu không đàn trống, vẫn vút cao giọng *Chiều chưa đi màn đêm rơi xuống*... Khán giả cùng phụ họa Đôi cánh chim bâng khuâng rã rời…

Khán giả cũng được cùng cô Phương Oanh *a li hò lờ* trong bài hò tặng nhạc sĩ Lê Văn Khoa. Bên cạnh những người Việt, còn có sự tham gia của ban hợp ca những người- không- phải- Việt, nhóm Favic, do ông Đoàn Thiều thành lập. Nhóm hát những bài dân ca ba miền Việt Nam thật dễ thương.

Cô Thu Sương, trưởng ban tổ chức và người giới thiệu chương trình, mời mọi người cùng vươn giọng với *Việt Nam Quê Hương Ngạo Nghễ*.

Trước đây, tôi có đọc các bài viết về nhạc sĩ Lê Văn Khoa. Những gì tôi biết về nhạc sĩ Lê Văn Khoa quá ít ỏi, hời hợt, so với những cống hiến cho đời của người nhạc sĩ. Tôi rất ngưỡng mộ nhạc sĩ. Nhưng vẫn là thái độ kính nhi viễn chi. Đứng xa xa nhìn nhạc sĩ, xuýt xoa, nhạc sĩ Lê Văn Khoa cao quá, lớn quá, tài hoa quá. Hôm nay, tôi mới được *live* "kiến kỳ hình" nhạc sĩ. Nhạc sĩ Lê Văn Khoa trịnh trọng trong bộ đồ *vest* màu sẫm, đặc biệt với chiếc cà-vạt cờ vàng ba sọc đỏ. Lúc chuyện trò, ông lại là ông ngoại, ông nội, người bác, người chú, người cậu thân tình. Nghe ông nói chuyện, tôi càng cảm phục ông hơn. Nơi ông nổi bật đức tính khiêm cung và tấm lòng nhân ái. Dẫu tài năng cao, thành công lớn, nhạc sĩ Lê Văn Khoa vẫn rất gần gũi, thân thiện với mọi người. Ông vui vẻ trả lời những câu hỏi của những người mù mờ về âm nhạc.

Đoạn đường chúng tôi đi về từ Đức sang Pháp hơn ngàn cây số có là bao, so với biết bao thì giờ, công sức ông Chu Lynh và những thành viên trong Việt Nam Film Club đã dành cho cuốn phim.

Cuốn phim Lê Văn Khoa, *Một Đời Cho Nghệ Thuật* đã giúp cho khán giả thấy con tim và khối óc của nhạc sĩ thật phi thường. Và cuốn phim để lại trong tâm trí khán giả nhiều ấn tượng vô cùng đẹp đẽ về một người tài đức vẹn toàn.

Xem ra mắt phim về, nhiều ấn tượng còn nóng ấm, tôi dự định, sẽ viết bài tường thuật, để chia sẻ với gia đình, bạn bè... với những ai không có dịp đến dự buổi giới thiệu.

Chưa viết, tôi vào *internet* tìm hiểu về sinh hoạt của Vietnam Film Club. Tôi tìm thấy các bài của cô Trịnh Bình An và ông Chu Lynh. Đọc xong, tôi đã lặng người một hồi. Tôi tự hỏi và trách mình, sao vô tình quá. Tôi đâm ra ngần ngại. Những điều mình định viết, e sẽ nhỏ bé, cạn cợt quá, so với những gì mình được nghe, được thấy. Bởi thế, tôi dùng dằng, cầm bút lên, lại cất bút xuống. Đúng hơn, tôi ngồi trước bàn phím, viết vài chữ, lại xóa. Tôi không "dám" viết.

Tự nhiên, tôi ngộ ra, mình mắc nợ nhiều quá. Có những người, như nhạc sĩ Lê Văn Khoa, làm nhạc cho mình thưởng thức. Có những người, như ông Chu Lynh, bỏ bao nhiêu công sức thu thập thông tin để thực hiện phim tài liệu.

Ngẫm đi, nghĩ lại, tôi sẽ không viết để kể về cuộc đời nhạc sĩ Lê Văn Khoa, về nhóm Vietnam Film Club. Tôi chỉ muốn chỉ viết rằng, tôi là con nợ may mắn. Tôi xin nói lời cám ơn chân tình đến những chủ nợ rộng rãi, ban cho tôi món nợ tinh thần lớn lao, quý giá.

Trí vẫn còn vấn vương không khí Việt của buổi ra mắt phim ở Pháp. Cuối tuần trước, tôi lại có dịp sống giữa Hồn Việt. Hôm thứ Bảy 12.05.2018, mấy trăm người Việt từ khắp nơi trên nước Đức cùng nhau tụ tập về thành phố Troisdorf gần Bonn, cựu thủ đô Cộng Hòa Liên Bang Đức. Chúng tôi đến tham dự lễ khánh thành tượng đài tưởng niệm Tiến Sĩ Rupert Neudeck, để tỏ lòng biết ơn sâu sắc của người Việt tỵ nạn đối với ông. Vị đại ân nhân đã cứu sống gần 12.000 thuyền nhân Việt và cùng nước Đức tạo cơ hội cho họ được sống trong một xứ sở tự do, nhân bản. Trong khuôn viên của lâu đài Wissem, một địa danh tiêu biểu của thành phố Troisdorf, chúng tôi giương cao biểu ngữ *Danke Deutschland*, "Cám ơn nước Đức". Những chùm bong bóng bay với với dòng chữ *Danke Dr. Neud*eck, "Cám ơn tiến sĩ Neudeck". Trong nắng xuân chan hòa, cờ vàng Việt Nam Cộng Hòa bay phất phới bên cạnh cờ Cộng Hòa Liên Bang Đức. Mọi người cùng hát hai bài quốc ca Việt Nam và quốc ca Đức.

Phút giây khi mọi người vang vang... *Xứng danh nghìn năm dòng giống Lạc Hồng*, hẳn trong tim mỗi người đang ấm lên tình quê hương.

Mặc dầu đứng ngoài trời nhiều giờ đồng hồ, người đến tham dự, thuyền nhân và thế hệ con cháu thuyền nhân, đều nghiêm chỉnh lắng nghe những lời phát biểu của các đại diện chính quyền liên bang, địa phương và các hội đoàn. Ông Wolfgang Schäuble, đương kim Chủ tịch Quốc hội Đức cũng có mặt tại buổi lễ trọng đại này. Ngày hôm sau, tờ nhật báo Đức *Westdeutsche Allgemeine Zeitung (WAZ)*** ra ngày Chủ nhật 13.05.2018 có bài của ký giả Hubert Wolf tường thuật về buổi lễ. Đặc biệt trong bài tường thuật của báo có kèm tấm hình với lời chú thích: "600 người Việt từ khắp nơi trên nước Đức đã cùng nhau tụ tập về thành phố Troisdorf tham dự lễ khánh thành tượng đài tưởng niệm. Chiếc dù với nền vàng và sọc đỏ dựa theo mẫu quốc kỳ của nước Việt Nam ngày trước, chứ không phải là lá cờ của chế độ cộng sản hiện nay."**

Troisdorf, Đức, 12.05.2018
(Ảnh: Ralf Rottmann, trong nhật báo WAZ)

Thông thường, phóng viên chụp nhiều hình ảnh và chọn lựa tấm hình ưng ý, thích hợp nhất để đăng kèm bài báo. Tôi thầm cám ơn người phóng viên, đã cảm nhận "Hồn Việt" qua lá cờ vàng. Bởi thế, ông đã chọn tấm hình này để kèm theo bài phóng sự. Nhất là phóng viên đã nêu lên sự khác biệt của hai màu cờ.

Nơi đây, giữa trời Âu, Việt Nam xa lăng lắc vạn dặm. Nhưng cảm giác gần gũi quê hương vẫn ấm trong tim tôi. Bởi, Hồn Việt vẫn quanh tôi, Hồn Việt vẫn với tôi.

Tháng Năm 2018

* Phim Tài Liệu năm 2018 về Nhạc sĩ, Nhiếp ảnh gia Lê Văn Khoa

** Bài tường thuật của ký giả Hubert Wolf đăng trong nhật báo Đức Westdeutsche Allgemeine Zeitung (WAZ) ra ngày chủ nhật 13.05.2018.

NHỚ MỘT VẦNG TRĂNG

Bữa cơm trưa văn phòng, nàng kể cho mấy người bạn đồng nghiệp rằng, chiều qua, xe lửa trục trặc, nàng mất gần ba tiếng đồng hồ mới về đến nhà.

Người bạn đồng nghiệp lắc đầu ngao ngán:

- Trời ơi, em mà phải cực khổ như chị, chắc em bỏ việc luôn.

Nàng cười cười:

- Mình chẳng cảm thấy gì bất tiện cả.

Nàng nghĩ, tiện, không tiện, cũng phải đi làm. Chứ không, chốn này, đất đai đâu, để nói, cạp đất mà ăn. Nàng tự an ủi mình, cũng là một cái thú, đâu phải ai muốn có là được. Mỗi ngày thêm vài tiếng đồng hồ thoải mái, muốn đọc sách, nghe nhạc, ngủ gật hay đơn giản ngó quanh, quan sát thiên hạ, ngái ngủ sớm mai trên đường đến hãng, hoặc xật xừ, đờ đẫn sau ngày dài làm việc.

Cô đồng nghiệp khác góp ý:

- Ghét nhất là xe lửa trễ giờ.

Nàng không trả lời. Nàng chẳng thấy phiền hà, cũng chẳng ghét bỏ hệ thống hỏa xa của Đức. Bởi, nhờ xe đến muộn, nàng đã gặp lại người anh của nhỏ bạn cùng lớp thời trung học. Khi bảng thông tin chạy dòng chữ *Zug E40 fällt aus.* Chuyến xe số E40 bị hủy. Trong khi chờ thông tin tiếp, bao giờ có xe, nhiều người bực bội rủa sả lung tung. Nàng nhủ thầm, mình than vãn tiếng Việt, không ai hiểu, chỉ mình nghe, rồi mình lại bực. Than tiếng Đức, nàng đâu đủ tài năng mà thi thố với những người Đức thứ thiệt. Trời vào hè, ngày dài ra. Chín, mười giờ mặt trời mới lặn. Nàng thản nhiên tìm ghế trống ngồi chờ, đọc tiếp cuốn sách mang theo. Chuyến xe này hủy, sẽ có chuyến sau. Hơi đâu mà nóng giận cho... già người đi. Số người dồn lại nhà ga càng đông. Những tiếng chê bai càng lúc càng tăng cường độ.

Nàng đã xong trang cuối của cuốn sách. Vẫn chưa có thông tin bao giờ tàu chạy. Nàng lấy điện thoại, mắt vừa lướt lướt những trang trên *Facebook,* vừa trông chừng bảng thông tin của xe lửa. Đến trang có bức tranh thiếu nữ mảnh mai, mặc áo dài vàng, tựa như hình bìa của tờ báo *Tuổi Ngọc* ngày xưa. Ngón tay nàng dừng lại, không vuốt vuốt mặt kính nữa, ngắm nghía bức tranh, nàng đọc tựa bài thơ: *tôi xin lót lá em nằm.*

> *cám ơn người những sớm mai*
> *đậu vào tôi giọt nắng say môi hồng*
> *ơn em mây thả bềnh bồng*
> *vương tôi tóc rối tỏa nồng hương yêu*
> *...*
> *ơn em mây mỏng xanh trời*
> *cầm tay tôi khẽ nói lời yêu thương*
> *từ trong dâu bể muôn trùng*
> *tình yêu một thoáng ngập ngừng lên ngôi*
> (Nguyễn Minh Phúc, 2018)

Êm đềm, thơ mộng quá chừng. Tên tác giả NMP, nghe quen quen. Nàng chợt nhớ, nhỏ bạn có người anh cùng tên tác giả. Nhỏ bạn kể, anh của nhỏ làm báo, làm thơ. Nàng loanh quanh trong sân nhà NMP đọc thêm vài bài thơ khác. Bài nào cũng dễ thương. Khi mọi người ào ào lên xe lửa, nàng vội rảo bước theo. Nàng nghĩ, về nhà, nhất định phải dò la tông tích của NMP. Nàng mằn mò rất lâu. Vừa sử dụng các "thành tựu khoa học kỹ thuật" về *Facebook* để bắt liên lạc với tác giả NMP. Vừa vận dụng ngôn ngữ "ngoại giao", viết đôi dòng giới thiệu làm quen, để lỡ có nhầm lẫn, không đến nỗi... quê một cục. Có chí thì nên, người xưa nói không sai. Anh NMP xác nhận là anh của nhỏ bạn. Anh P. biết các chị của nàng. Anh P. cùng vài người bạn thân từng là khách dài hạn của tiệm sách và quán cà phê của Mạ nàng. Gặp lại người quen cũ, dẫu gặp "ảo", nàng vui lắm. Anh P. nhắc đến những người bạn của anh, có cùng những ngày tháng lãng đãng thơ và nhạc. Phút tay bắt, mặt mừng trôi qua, đôi dòng thư đi, tin lại. Rồi thôi. Nàng thỉnh thoảng đọc những bài thơ rất thơ trên *Facebook* của anh P. Anh P. và nàng, cả hai đều có những bận rộn riêng. Cho nên, tái ngộ xong, coi như để đó.

Nàng có chuyến du lịch 10 ngày ngang dọc nước Nam Phi. Lịch trình dày đặc với lên núi, xuống phố, ra biển, vào rừng... Ngày nào cũng thú vị với nhiều ấn tượng đẹp về đất nước Nam Phi. Trong thời gian này, điều kiện vào *internet* không dễ dàng. Có dịp, nàng vào nhanh *WhatsApp*, đọc tin nhắn gia đình và viết mấy câu hỏi thăm. Nàng chẳng hề nhớ nhung *wifi* như chị bạn đi cùng, đến đâu cũng lo ngay mật mã để vào *internet*.

Chương trình ngày thứ Bảy đầy ắp, từ bình minh đến hoàng hôn. Sáng sớm, cả nhóm trực chỉ Mũi Hảo Vọng. Từ tháp hải đăng ở cực tây nam châu Phi, nàng mê mẩn nhìn xuống những làn sóng của Đại Tây Dương và Ấn Độ Dương giao nhau. Cuối ngày, mọi người được tùy nghi sử dụng buổi tối ở khu phố Waterfront của thành phố Cape Town. Về đến khách sạn khá khuya. Mệt nhoài, tâm trí vẫn còn đầy ắp ấn tượng của biển trời, núi non, cây cỏ, phố phường. Nàng vội vàng mở máy nói vài lời gởi cho con. Nơi góc nhỏ của điện thoại, nàng thấy dấu hiệu có tin nhắn của NMP. Anh P. kể, anh bệnh thời gian qua, nên không liên lạc. Nay, sức khỏe tạm ổn. Anh P. bảo, bỗng nhiên, anh nhớ nhiều những ngày tháng với người bạn chí thân, anh TTD. Đèn trong khách sạn vàng mờ mờ. Trước đó, mắt nàng trĩu nặng vì buồn ngủ. Nhưng câu chuyện anh P. kể, đã níu, đã giữ mắt nàng không rời màn ảnh bé tí của điện thoại.

Anh P. nói, giờ đây chép lại bài thơ của anh TTD gởi cho nàng, anh P. cảm thấy nhẹ nhõm trong lòng. Cuối cùng, anh P. thực hiện được chuyện anh TTD nhờ, dẫu muộn màng.

như nhớ một vầng trăng... *

như chiếc lá cuối mùa rơi lặng lẽ
buổi tàn thu đường phượng lá vàng bay
anh vẫn còn lang bạt cuối chân mây
mơ phố xá với nụ cười em gái

nơi anh đến giòng sông còn bé dại
chiều thênh thang tiếng hát một loài chim
đường em qua ôi lối cỏ xanh êm
xin bước nhẹ kẻo đau lòng anh lắm

anh đã đến những chân trời vạn dặm
mà vẫn thương hàng phượng lá vàng bay
thương ngày xưa em gái mắt thơ ngây
gối sách vở nằm mơ ngày khai giảng

giờ có lẽ đã xa rồi bè bạn
con đường xưa cỏ lá cũng thôi xanh
nhưng vẫn còn em gái giữa tim anh
màu áo lụa mắt trời xanh khép nép

bàn tay nhỏ lúc anh cầm cuống quýt
như vẫn còn hơi ấm buổi trao thư
hạnh phúc là một phút ấy phù du
em gái nhỏ tội nghiệp tình anh quá

khi đời sống còn xanh màu cây lá
mà chúng ta đã lạ lắm trời xưa
đêm nay anh ngồi hát dưới hiên mưa
nghe muốn khóc tách cà phê quán cũ

nhớ vô cùng bảng đen và sách vở
giọng em cười như ấm cả mùa thu
nơi anh ngồi là góc biển hoang vu
nơi em đến xôn xao lời cơm áo

không còn thấy tên học trò kiêu ngạo
hồn đầy trăng đi dưới bóng cây xanh
không còn nhìn em áo lụa mong manh
ngày hai buổi tóc bay ngoài cửa lớp

nay anh chỉ còn chút hồn đầy mộng
nhớ ngày xưa như nhớ một vầng trăng
(Trầm Thụy Du - 1975)

Nàng tưởng như đang lần giở cuốn sách nằm quên trên kệ tủ gần nửa thế kỷ. Những trang sách ố màu thời gian kể chuyện về nàng, một thiếu nữ vào tuổi mộng mơ. Kể chuyện về anh và người bạn của anh, những thanh niên vừa tuổi đôi mươi, ở tỉnh ly miền trung. Năm ấy, nàng đang tuổi mười ba, mười bốn, nàng đang nhí nhảnh, *theo gió mưa em đi hát xây mộng cho người, trên cánh thơ tuyệt vời hát yên vui cõi đời*. Nhà của nàng có quán cà phê, nơi có nhiều văn nhân, thi sĩ lui tới. Anh thường đi trong nhóm ba người. Cả ba người đều là thi sĩ, nàng nghĩ vậy. Nàng đã đôi lần nghe lóm, nhớ lén những câu thơ các anh ngâm nga cho các chị của nàng.

Cơn lốc dữ 1975 đã đẩy cuộc sống gia đình thiếu nữ xuống cùng cực, điêu đứng, đã cuốn đi những giấc mơ xinh của thiếu nữ. Cơn lốc đã làm những thanh niên hụt hẫng, chới với. Những mơ ước hoài bão của tuổi trẻ bỗng chốc vụt mất. Một sớm, một chiều, anh và người bạn, đang là những học sinh trung học, chuẩn bị khoác áo sinh viên, bỗng nhiên thành những người mất phương hướng trong cuộc sống. Không lâu sau, anh và người bạn chí thân lụng thụng trong bộ cánh bộ đội. Rời xa thị xã nhỏ bé, có nhà sách quen ở đường Phan Bội Châu, có quán cà phê vườn ở đường Quang Trung. Bỏ lại sau lưng gia đình, trường lớp. Cũng may, người bạn chí thân luôn đồng hành cùng anh.

Lần nọ, bộ đội đóng quân ở mũi Ba Tân Gân, một địa điểm ở một bán đảo gần Quảng Ngãi. Biết bạn mình được sắp về phép, anh rủ bạn ra ngồi hiên sau trại lính chuyện trò. Anh và người bạn ngồi bên nhau, thật lâu, cả hai trầm ngâm. Mãi lúc sau, anh lên tiếng, phá tan sự yên lặng:

- Mày về phép, có đi đâu không?

- Chỉ có ba ngày. Tao về ở nhà, cho bà già vui.

Anh rút trong túi tờ giấy học trò, có bài thơ anh làm. Thuở ở trường, anh là trưởng ban báo chí. Bạn bè vẫn trầm trồ nét bút rồng bay phượng múa của anh. Anh bỗng buồn buồn, nhớ bài hát vui vui anh nghe những năm trước, *thư của lính ba lô làm bàn nên nét chữ không ngay*. Mấy tháng làm bộ đội, đã làm tâm hồn anh mệt mỏi, cằn cỗi. Chữ viết đâm ra nguệch ngoạc. Anh nhỏ giọng:

- Mày đến quán cà phê Uyên, đưa thư này cho Th. Nhớ đưa tận tay nhe.

Anh gọi là thư, nhưng chỉ vẻn vẹn bài thơ. Chứ không có thêm chữ nào, để bài thơ thành lá thư.

Người bạn về đến nhà, ngồi chơi với cha mẹ một lúc. Bà cụ rạng rỡ, lăng xăng nghĩ nấu món ăn đãi đằng con trai. Người bạn vội đạp xe đến quán cà phê. Thị xã Quảng Ngãi bé tí. Có lẽ còn nhỏ hơn Pleiku của thi sĩ Vũ Hữu Định. Người bạn đến, chỉ gặp Mạ của nàng. Nàng phải theo trường lớp đi đào kênh, đắp đập đâu đó.

Hôm cuối cùng, người bạn lại ghé quán cà phê, trước khi trở về đơn vị trình diện. Người bạn vẫn không gặp nàng. Thuở ấy, không có điện thoại để nhắn tin. Người bạn không dám đưa thư cho Mạ nàng. Người bạn bỏ bài thơ trong phong bì dán kín. Tính tìm cô giúp việc, nhờ cô chuyển. Vờ hỏi bâng quơ, người bạn mới biết, gia đình nàng đã phải cho tất cả người giúp việc nghỉ làm, sợ bị mang tiếng tư bản bóc lột. Người bạn áy náy lắm, vì không làm tròn việc anh nhờ, dù chỉ là việc bé cỏn con. Người bạn biết anh đang lóng ngóng chờ tin.

Về lại đơn vị, người bạn ngài ngại trả phong bì có bài thơ cho anh. Anh thất vọng lắm. Anh rầu giọng:

- Mày giữ giúp. Lúc nào có dịp, trao cho Th.

Dòng đời ngược xuôi, xô đẩy nàng đi, càng lúc, càng xa mãi quê nhà. Cả anh và người bạn không gặp lại nàng. Anh vẫn ở nơi tỉnh ly nhỏ bé, nhưng rất thân thiết ấy. Người bạn lưu lạc đến mãi tận cùng của đất nước. Hai người rất ít liên lạc với nhau. Nhưng trong tâm tưởng, vẫn là đôi bạn thân, từ tuổi hoa niên cho đến khi vào tuổi cao niên. Người bạn vẫn giữ bài thơ của anh và canh cánh trong lòng nỗi băn khoăn, không thực hiện được chuyện anh gởi gắm. Người bạn buồn thảng thốt, khi biết tin anh lâm trọng bệnh, giã từ cõi tạm khi anh vừa qua tuổi 60. Người bạn nghĩ, sẽ có dịp nói đôi lời tạ lỗi trước vong linh của anh.

Ngày ấy, phải chi có duyên, nàng đã được đọc bài thơ trong chữ viết tay rất lả lướt của anh. Nếu vậy, có lẽ nàng ngượng ngùng, lúng túng, lí nhí nhờ người bạn nhắn gởi lời cám ơn anh và gởi lời thăm anh. Cũng có lẽ, nàng chép vội mấy câu thơ gởi anh.

Vẫn lặng lẽ để anh nghe vừa đủ
Vẫn thờ ơ cho rủ hết màn the
Vẫn mỉm cười rồi vẫn lấy tay che
Cho cặp mắt bỗng nhiên mười sáu tuổi
(*Bài thơ còn lại*, Hoàng Anh Tuấn)

Mãi bây giờ, khi anh đã yên nghỉ nơi miền vĩnh phúc, nàng mới biết đến những vần thơ anh viết tặng nàng. Nàng đốt nén hương lòng, thầm nói với anh lời cám ơn.

Ban chiều, tít tận cực nam của châu Phi, ở Cape Town, trong lúc đi dạo quanh khu phố Waterfront, tình cờ, nàng được mời nhìn vào viễn vọng kính để thấy nửa vầng trăng. Vừa dán mắt vào ống kính, nàng nghe lời cắt nghĩa của người chủ viễn vọng kính. Vầng trăng đó, là vệ tinh cho trái đất. Rời mắt khỏi ống kính, ấn tượng còn lại trong trí nàng, mặt trăng chỉ là một khối đất đá tròn tròn, cách địa cầu gần 400 ngàn cây số. Chỉ vậy thôi.

Mấy tiếng đồng hồ sau, những dòng chữ li ti trên điện thoại đã giúp nàng đi ngược lại những ngày tháng của nhiều thập niên trước. Nàng thấy lại một khoảng đời nhiều biến động. Ngày tháng đó, cuộc sống của anh, của nàng bị bủa vây bởi biết bao nhọc nhằn, thống khổ. Nhưng anh vẫn cho nàng được làm "em gái giữa tim anh". Anh đã viết những câu thơ thật đẹp cho nàng.

Ngay lúc này, nàng bỗng nhớ tha thiết một vầng trăng.

Tháng Tám 2018

Trích lời ca trong các nhạc phẩm:
Tuổi Mộng Mơ của nhạc sĩ Phạm Duy
Tình Thư Của Lính của nhạc sĩ Trần Thiện Thanh

* Bài thơ chép lại theo trí nhớ của một người bạn của thi sĩ Trầm Thụy Du. Trong bài thơ có vài chữ, câu khác với bài thơ *Nhớ Một Vầng Trăng* đăng trong trang web *Sắc Màu Thời Gian.*

TÌNH XƯA

Nghe chương trình *70 Năm Tình Ca* của nhà báo Hoài Nam là một trong những tiết mục giải trí giúp tôi "quẳng gánh lo đi mà vui sống". Đi làm về, vội vàng cho xong những việc thường nhật ở nhà, tôi mở máy nghe nhà báo Hoài Nam kể chuyện. Nhà báo Hoài Nam dẫn dắt thính giả đi qua mấy chục năm tình ca Việt Nam. Hôm nay, ông kể về thời kỳ sau 1975.

... Thưa quý thính giả...

... giữa thập niên 1980, Bảo Chấn phụ trách hòa âm dĩa nhạc Sài Gòn. Giữa thập niên 1990 Bảo Chấn sáng tác các ca khúc... Cuối 1990 nhiều ca khúc được ưa chuộng...

Nhạc tình thời kỳ trước 1975, tôi biết hầu hết các nhạc sĩ ông Hoài Nam nhắc đến. Rất nhiều bài hát ông trích dẫn, là những ca khúc tôi say đắm của những nhạc sĩ tôi ngưỡng mộ. Nhưng tôi lơ là với dòng nhạc sáng tác ở Việt Nam sau 1975 và ít khi tìm thấy bài hát "ruột" cho mình.

Bảo Chấn... từ trên đỉnh cao rơi xuống vực thẳm qua vụ án đạo nhạc đầu tiên tại Việt Nam. Tình Thôi Xót Xa..., giống tới... % bài hát I've Never Been to Me, của Charlene...

Nghe đến đây, tôi khựng lại. Bỗng nhiên, trong trí tôi văng vẳng nhạc điệu *là la lááá la laa làà laa*. Tôi vội vàng vào *YouTube* tìm bài hát. *La la là, lá là la, la lá la là...* Đây rồi! Đúng rồi! Đây là nhạc điệu của một trong những bài hát đã hớp hồn tôi trong những năm đầu ở Đức. Phút chốc, những kỷ niệm của thuở ban đầu ở Đức hơn 30 năm trước lũ lượt kéo về. Đây là căn nhà ở thành phố Duisburg, sáu chị em tôi xúm xít gần lò sưởi than, *radio* trong phòng khách ra rả suốt ngày. Kia là tòa nhà của trường học Đức ngữ ở tỉnh Heilbronn. Trong phòng chung 4 người, chị Thanh Tâm và tôi chia giường hai tầng. Tôi áp sát tai vào máy *cassette* hiệu Palladium bé tí nghe nhạc. Đó là ngôi trường trung học với ký túc xá ở làng Wolfhagen. Máy *cassette* nho nhỏ vẫn siêng năng ca hát cho tôi. Nhưng bấy giờ, âm thanh có thể hay hơn, vì nhờ các anh bạn cùng trường thâu nhạc từ những dàn máy hiện đại có *amplifier* Sony, Philips...

Thời chúng tôi chân ướt, chân ráo đến Đức, anh cả của chúng tôi, người bảo lãnh mấy chị em qua Đức, khuyên chúng tôi nghe *radio* hằng ngày để tập quen với tiếng Đức, trong lúc chờ đi học. Chúng tôi răm rắp vâng lời anh. Ngay sau đó, tôi hiểu là mục đích nghe tiếng Đức cho quen tai hãy còn xa vời, trừu tượng. Nhưng tôi mê *radio*, vì được nghe nhạc xen kẽ trong chương trình phát thanh. Khi xướng ngôn viên lăng lăng, líu líu tiếng Đức với tin tức, bình luận..., tôi chăm chú việc nhà. Bởi, tôi nghe, chắc cũng như vịt nghe sấm. Nhưng mỗi khi có tiếng nhạc dạo, tôi bắt đầu dỏng tai. Gặp bản nhạc quen quen tôi mừng rỡ, sung sướng. Ngay cả nhạc Đức chẳng hiểu chữ nào, tôi vẫn thích. Miễn nhạc, là nghe lòng mình reo vui.

Anh chị em chúng tôi dường như ai cũng ghiền nghe

nhạc. Việt Nam, những năm cuối của thập niên 70 cho đến khi chúng tôi qua Đức năm 1982, phải nói là chúng tôi rất thiếu thốn món ăn tinh thần. Năm thì, mười họa, mượn được máy *cassette* cũ của ai đó, chúng tôi túm tụm, bu quanh máy để nghe vài bản nhạc "vàng", vài bài hát của các nước "tư bản". Thỉnh thoảng túi rủng rỉnh chút tiền, chúng tôi đạp xe lên đường Lê Lợi, uống nước mía, để được nghe nhạc "thính phòng". Tức là phải tai thật thính, tách những âm thanh nổi mấy chiều của xe cộ xuôi ngược, loại những tiếng động ồn ào chung quanh, để tai đón lấy những điệu nhạc, giọng ca của ABBA, Boney M. Có lẽ do tình trạng suy dinh dưỡng nhạc nhiều năm, cho nên bây giờ chúng tôi lâm vào cảnh miếng khi đói, gói khi no. Nghe bài hát nào tôi cũng cảm thấy êm tai, cũng xuýt xoa, hay kinh khủng, hay dễ sợ.

Chúng tôi như những đứa trẻ mê ăn quà, hau háu nhìn hũ kẹo màu sắc sặc sỡ, ước được thò tay vào hũ, nhón viên kẹo, màu xanh, màu đỏ. Nếu được nhón thêm viên màu vàng, màu tím càng vui hơn nữa. Nghe bài hát trên *radio*, thấy ca sĩ trình diễn trên *ti-vi*, chúng tôi vội ghi nhận, vội nhớ theo cách của mình. (Bởi lúc đó chúng tôi đã có chữ nghĩa đâu để hiểu lời giới thiệu.)

Em trai tôi ưng ý một bài hát trong *radio*. Em vội viết thư đến anh bạn cùng trường tôi. Anh đã ở Đức được vài năm, có nhiều kiến thức về nhạc hơn. Em nhờ anh bạn thâu vào băng *cassette* cho em bài hát "Bà gùm bà guề". Anh bạn rất muốn giúp. Nhưng anh chịu thua, không biết đó là bài hát gì. Muốn ra cửa hàng để hỏi, cũng chả biết hỏi thế nào. Về sau, tôi khám phá ra, đó là bài *The Lion Sleeps Tonight* của ban nhạc The Token. "Bà gùm bà guề" là đoạn nhạc dạo đầu, có lẽ phỏng theo giọng gầm của sư tử.

Anh cả tôi kể, danh ca Elvis Presley qua đời, anh tiếc lắm, vì anh rất mê giọng Elvis Presley. Tình cờ, sau đó, mấy chị em chúng tôi xem *ti-vi*, thấy một chàng ca sĩ với mái tóc chải chuốt, vừa hát, vừa quay *microphone*, rộn ràng vui nhộn *rock-n-roll*, đẹp mắt hết sức. Chị em chúng tôi coi xong, bàn lui tới, cuối cùng đi đến kết luận, đó là ca sĩ Elvis Presley. Như vậy, tin ca sĩ chết, có lẽ chúng tôi nghe nhầm. Chúng tôi trịnh trọng kể cho anh bạn nghe, chúng tôi mới được coi chương trình ca sĩ Elvis Presley hát *live* trong *ti-vi*. Anh bạn ban đầu hơi ngỡ ngàng, lúc lắc đầu, làm sao có chuyện đó được. Nghe tụi tôi diễn tả một hồi, anh hiểu ra. Đó là ca sĩ Shakin' Stevens. Ô, thôi rồi, chúng tôi trông gà hóa cuốc.

Chúng tôi đến Đức được 3 tháng, *ti-vi* truyền hình chương trình *Giải Ca Khúc Âu Châu, Eurovision Song Contest 1982*. Mấy chị em chúng tôi coi mê mẩn, trầm trồ, sân khấu tráng lệ, ca sĩ, nhạc sĩ lộng lẫy, đàn trống nhộn nhịp. Ca sĩ Nicole, cô nữ sinh trung học 17 tuổi, đại diện nước Đức, xuất hiện trong chiếc áo đầm đen chấm trắng, ôm cây đàn *guitar* trắng. Chúng tôi mừng lây, khi thấy thí sinh nước "mình" đoạt giải nhất cuộc thi. Anh tôi giải thích cho chúng tôi sơ sơ về nội dung bài hát.

> *Một chút hòa bình, một chút yêu thương*
> *để tôi không bao giờ mất đi niềm hy vọng*
> *Hãy cùng hát với tôi bài ca nhỏ*
> *để thế giới cùng sống trong hòa bình...*
> *Ein bisschen Frieden, ein bisschen Liebe*
> *dass ich die Hoffnung nie mehr verlier*
> *Sing mit mir ein kleines Lied*
> *dass die Welt im Frieden lebt*

Ngày nay, đám con trẻ của chúng tôi nghe đến bài hát này, có thể cho là xưa cũ, lỗi thời, thậm chí quê mùa. Nhưng với tôi, đó là bài hát tiếng Đức đầu tiên tôi nghe và nhớ được. Giờ đây, khi hiểm họa chiến tranh còn hiện hữu trên trái đất, ý nghĩa bài hát vẫn là ước nguyện bao người.

Nhiều bài hát, nghe lần đầu là tôi... tinh tú quay cuồng. Như trường hợp bài *I've Never Been to Me*. Tôi không rõ điều gì làm tôi mê bài hát. Từ *radio*, toàn cả bài, tôi nghe lõm bõm vài chữ, chỉ bắt được mỗi câu *I've Never Been to Me*. Tôi không biết nhạc sĩ nào viết, ca sĩ nào hát. Bài hát chấm dứt, xướng ngôn viên tiếp tục nói tiếng Đức, tôi ngẩn ngẩn, ngơ ngơ, hồn vía để tận đâu đâu. Điệu nhạc lởn vởn trong trí. Sau đó, thỉnh thoảng tôi còn được nghe bài hát vài lần. Khi từ *radio* cũ kỹ vang lên những nốt nhạc đầu *la la là, lá là la*, tôi rộn ràng, háo hức, chờ đến câu *I've Never Been to Me*, để nghêu ngao ca theo. Những năm đầu thập niên 80, *internet* với tôi vẫn còn là khoa học giả tưởng. Cho nên, nghe được bài hát mình thích trên *radio*, giống như được món quà bất ngờ, được những giây phút hạnh phúc lắng nghe điệu nhạc làm tim mình xao xuyến.

Biết đâu, nhạc sĩ Bảo Chấn cũng gặp "tiếng sét ái tình" như tôi. Nhạc sĩ tình cờ nghe đâu đó bài hát, *I've Never Been to Me*. Ông không biết tác giả, không biết xuất xứ bài hát. Ông thích điệu nhạc, nhập tâm, điệu nhạc du dương mãi bên tai, thành quen, thành thân. Vì nhạc sĩ là... nhạc sĩ, nên một hôm đẹp trời, ông thổi vào điệu nhạc ông thích một làn hơi Việt:

...

Mùa xuân trên cao ngàn hoa lá lấp lánh nắng
Nụ hôn thơ ngây trao em rồi

...

Bài hát *I've Never Been to Me* có lẽ chỉ nổi tiếng một thời gian ngắn rồi chìm vào quên lãng. *Radio* dành chỗ cho những bài hát thời thượng khác. Tôi chẳng có dịp nghe lại bài hát. Tôi dần quên bài hát không biết tựa. Từ dạo ấy đến bây giờ đã hơn ba mươi năm. Bỗng chiều nay, qua câu chuyện của nhà báo Hoài Nam, tôi "gặp" lại tình xưa. Hỏi sao không bồi hồi, bâng khuâng.

Thời đại tân kỳ của thế kỷ 21, thật tiện dụng, cần gì, cứ gõ cửa bác thám tử Gồ. Lời nhạc chẳng cần chép viết cho mỏi tay, đầy dẫy trên liên mạng. Lúc nào cần, tải xuống, thích thì in ra. Khỏe ru. Với bác Gồ và sự hợp tác của *YouTube*, khán thính giả có điều kiện nghe bài hát, đọc nội dung bài hát, xem ca sĩ trình diễn, tìm hiểu hoàn cảnh ra đời bài hát... Buổi sáng, trên đường đi làm, bạn nghe *radio: You raise me up, so I can stand on mountains*. Chiều tối, bạn cần vài phút lục lạo trên *internet, You raise me up to walk on stormy seas*. Thế là bạn có thể nghe nhóm Westlife and Secret Garden, nhóm Celtic Woman, 12 Tenors hoặc cô ca sĩ của nước Đức Helene Fischer ca. Sau cùng, có lẽ Josh Groban mới thật sự cho bạn cảm tưởng *You raise me up to more than I can be*.

Tôi có thể nghe liên tục suốt một tiếng đồng hồ chỉ một bài hát. Tôi yêu bài *If* của David Gates, bởi yêu tiếng đàn đệm *guitar*, bởi mấy chữ *if* của bài hát đẹp lạ lùng.

If a picture paints a thousand words
Then why can't I paint you?

Tôi đã nhiều lần tương tư bài hát, cả nhạc Việt lẫn nhạc ngoại quốc. Nhưng những "mối tình một chiều" của tôi thường có lý do, vì lời bài hát hay, vì hợp với tâm tình của tôi, vì ca sĩ đó tôi rất mến mộ... Nhưng bài *I've Never Been To Me* là một tình yêu không điều kiện, như tâm sự của nhạc sĩ Diệu Hương, *yêu em vì chỉ biết đó là em.* Vậy thôi.

Chỉ trong mấy chục phút, tôi chạy xe ngang dọc, xuôi nam, lên bắc nước Đức, trở về ngày cũ của hơn ba thập niên trước. Mơ màng hồi tưởng những kỷ niệm êm đềm, đôi lúc vụng về nhưng dễ thương. Tôi đã nguôi ngoai nỗi bực dọc ngày nay trên hãng, khi đụng độ nặng nề với bà sếp lựu đạn. Tôi quên khuấy phiền toái buổi chiều khi tan sở, chạy không kịp thở tìm phương tiện về nhà, vì tuyến đường xe lửa của mình bị trục trặc.

Ông T. Vấn có viết "... tất cả những người yêu thích chương trình *70 năm Tình ca Việt Nam* đều nợ ông Hoài Nam một lời cám ơn viết bằng chữ hoa." Tôi được thưởng thức chương trình 70 nhạc tình của ông Hoài Nam. Ngoài ra, trong chương trình về nhạc sĩ Bảo Chấn, ông Hoài Nam còn tặng cho tôi tấm vé đi ngược thời gian, đôi phút trở về dĩ vãng của những ngày tháng thuở tôi tuổi đôi mươi. Để tôi gặp lại tình xưa, một mối tình nhẹ hơn sương khói cho một bài hát không biết tên.

Tôi xin gởi đến ông Hoài Nam lời cám ơn bằng chữ hoa, thật thân ái và rất trân trọng.

Tháng Mười 2017

Bài đọc của nhà báo Hoài Nam
70 Năm Tình Ca (91)- Thời kỳ sau 1975 – Bảo Chấn, Bảo Phúc
http://t-van.net/?p=3543

TRỞ VỀ CUNG ĐÀN

Năm nọ, tôi phải qua một cuộc tiểu phẫu ở lòng bàn chân. Tôi thầm tính, ba bữa là xong. Thứ Hai, bác sĩ mổ xẻ. Không đi làm, ở nhà thêm hai ngày, nghỉ ngơi là êm. Kịp cuối tuần, tung tăng dạ vũ, nhật vũ. Không dè, vết mổ chậm lành. Bác sĩ khuyên hạn chế đi lại, để bàn chân thật sự tĩnh dưỡng ít nhất bốn tuần lễ. Tính tôi hiếu động, mà bác sĩ bảo ngồi một chỗ, thiệt khổ. Tôi chất quanh giường cơ man sách báo. Đọc sách một hồi mỏi tay. Tôi mở ti-vi để thay đổi không khí. Nhìn vào màn hình ti-vi chừng 10 phút, tôi ngủ khò. Thức dậy, mất vèo mấy tiếng đồng hồ. Tiếc thời gian bỏ phí, tôi tìm cách tận dụng những ngày nghỉ bất đắc dĩ. Tôi chợt nhớ cây đàn bỏ quên của mình. Rất nhiều năm, tôi không gảy một nốt nhạc nào. Mặc dù, lâu lâu tôi đem đàn xuống lau bụi, nhủ lòng sẽ một ngày tập đàn lại. Những bài tập đem từ Việt Nam qua, tôi trân trọng, trưng trong tủ sách, tuy nhiều năm chẳng hề mở ra xem. Đúng là *niềm vui đã nằm trong thiên tai*. Tôi háo hức chống nạng, lóc cóc khuân những cuốn bài tập và cây đàn đến "giường bệnh". Tôi tập lại từ đầu, những bài học nốt i tờ. Cũng may, một mình, một cõi ở nhà, không phiền hà ai. Tiếng tập đàn có lẽ đinh tai, nhức óc với người khác. Nhưng với tôi, thật êm dịu, lòng tôi bồi hồi nhớ ngày xưa. Hết nghỉ bệnh, khỏi phải ngồi một chỗ, nhưng đôi ba bữa, tôi vẫn đem đàn dợt những bài tập cũ. Tuy nhiên, những bận rộn dồn dập cuộc sống đã làm dịu dần nhiệt tình chơi đàn của tôi. Thời khắc ôm đàn càng ngày càng hiếm hoi. Chuyện tập đàn có nguy cơ biến mất trên lịch sinh hoạt của tôi.

Một hôm, trong thang máy đến văn phòng, tôi gặp bà đồng nghiệp ban kiểm toán, bà "chằn lửa" của phòng tài chánh. Nét mặt bà đậm nét "khủng bố". Dáng dấp bà cục mịch. Nhiều đồng nghiệp trong hãng né bà. Thời tôi mới nhận việc, bà đã một màn đánh phủ đầu, làm tôi tối tăm mặt mũi. Nhìn bà với thùng đàn *guitar* sau lưng, tôi kinh ngạc quá đỗi. Thay vì nói câu chào xã giao *"Guten Tag"* theo phép lịch sự tối thiểu. Tôi buột miệng: *"Spielen Sie auch Guitar?* Chị cũng chơi tây ban cầm à?" Hỏi xong, tôi tưởng như mình phải mắng té tát cho cái tội hỏi vô duyên. Mọi người đều có thể chơi nhạc, nếu mình thích. Tại sao là "cũng"! Mặt mày khó đăm đăm của bà bỗng sáng lên: "Ồ, chơi đàn tây ban cầm là niềm đam mê của tôi." Bà nhoẻn miệng cười: *"Gefällt Ihnen Gitarrenmusik?* Cô có thích nhạc tây ban cầm không?" Thế là từ thang máy cho đến vào văn phòng, chúng tôi rộn rã chuyện trò như đôi bạn chân tình. Những người bạn đồng nghiệp cùng phòng trố mắt nhìn, khi thấy tôi sánh bước, cười cười, nói nói ra điều tâm đắc với "bà chằn".

Bà huyên thuyên kể, bà đã theo học nhiều thầy nhưng bỏ ngang vì không vừa ý. Cuối cùng, tìm đúng thầy, bà rất hài lòng, đều đặn đi học từ năm ngoái đến giờ. Tôi mừng rỡ: "Em cũng đang tìm thầy dạy đàn đó chị". Tôi nhờ bà viết "giấy giới thiệu". Vì nghe đâu, ông thầy đó rất kén chọn học trò. Từ đó, mỗi thứ Tư tôi rời nhà sớm hơn, đến nhà thầy học trước khi bắt đầu ngày làm việc. Tôi gọi Daniel là ông thầy vì quen miệng. Daniel nhỏ hơn tôi đúng một giáp. Giờ học đầu, Daniel khảo sơ tôi về nhạc lý. Bao nhiêu năm tôi đã quen Đô Rê Mi, giờ phải đổi qua A H C... Gần như trở lại từ đầu, tôi làm quen với *Auftakt, Tonleiter, Tonika...* Tôi ghi chép, cố nhớ những kỹ thuật khi Daniel cắt nghĩa bằng tiếng Đức, và tìm cách giải mã trong tiếng Việt như thế nào. Sau vài giờ học, Daniel khen tôi có tiến bộ. Tôi bèn thỏ thẻ, ước mong tập một bài ngày xưa mình đã chơi. Tôi muốn tập lại bài *Feste Lariane.* Daniel bảo, muốn tập thì sẽ ghi chú kỹ thuật tay trái, tay phải, rồi tôi tự tập. Bởi, Daniel không thích dạy kiểu đi ngang, về tắt như vậy.

Sau ba tháng, vì đổi chỗ làm, không tiện đường học buổi sáng, tôi chuyển qua học buổi tối. Sau giờ làm việc, tôi chạy như bay để kịp giờ học. Nếu đến trễ, giờ học ngắn lại, bởi tôi là học trò cuối trong ngày. Daniel muốn đúng giờ chuẩn bị cơm chiều cho cậu ta và cho con mèo của mình. Suốt ngày trong hãng, đầu óc căng thẳng. Giờ học đàn, tôi tiếp tục tập trung tinh thần, nhiều khi Daniel "rượt" quá, tôi toát mồ hôi hột. Daniel nhận xét:

- *Deine Firma hat Glück.* Hãng của chị hên thiệt.

Tôi ngạc nhiên:

- Tại sao?

- Chị bền bỉ và giỏi toán. *Du bist echt klug.* Chị khôn lanh thiệt đó.

Tôi nghi ngờ:

- Thôi, cậu đừng nói đùa. Tôi tưởng thiệt. Tôi mừng hụt.

- Thiệt mà! Nhiều người sau giờ làm việc, cạn kiệt sức lực, không tập trung được, quên trước quên sau...

Ở hãng mới, tôi phải làm việc rất trễ. Mà Daniel lại không muốn con mèo của cậu ta phải đói bụng vì chờ tôi học. Thế là tôi đành ngưng học đàn với Daniel.

Dăm bữa, nửa tháng tôi đem đàn ra từng tưng vài nốt. Đàn hoài không tiến bộ, tôi bèn đổ lỗi cho cây đàn. Thì vậy, vụng múa chỉ còn cách chê đất lệch chứ biết làm sao. Tôi chợt nghĩ, nhờ thầy Bùi Thế Dũng, thầy dạy đàn ngày xưa của mình, tìm giúp cho một cây đàn thật hay. Biết chị tôi chơi chung trong nhóm bạn của thầy, tôi nhờ chị đánh tiếng. Nghĩ liều vậy thôi. Chứ tôi chẳng dám hy vọng nhiều. Vậy mà, thầy nhận lời, nhưng bảo, cần thời gian. Có thể vài tháng hoặc có thể cả năm. Tôi mừng lắm. Kiên nhẫn tôi có thừa. Đã chờ cây đàn được mấy chục năm, thì thêm một năm nữa chẳng là bao.

Một cuối tuần, tôi gọi về Việt Nam thăm thầy Dũng. Tôi chào hỏi đại khái, rồi ngập ngừng:

- Thỉnh thoảng em gởi bài đến anh Dũng. Anh có nhận được không?

- Có, anh nhận đầy đủ. Đôi khi đọc xong, anh định viết trả lời. Nhưng rồi nghĩ, dành thì giờ ấy để viết nhạc, soạn tiếp giáo trình dạy nhạc, thì có lẽ hay hơn. Ban đầu, đọc truyện của Thúy, anh thấy giống như truyện viết cho lứa tuổi ô mai. Nhẹ nhàng, mơ mộng. Bây giờ đọc lại, anh khâm phục trí nhớ của Thúy. Điều hay là Thúy viết lại những ký ức thật trang nhã. Có những điều Thúy nhắc, anh mới nhớ. Những ngày xưa đó, có những nhọc nhằn, trăn trở. Vậy mà Thúy nhìn lại, kể ra biết bao điều vui tươi, thoải mái. Đó là may mắn của Thúy. Ký ức biết chọn lọc, chỉ giữ lại những mầu hồng mà thôi.

Thầy Dũng bảo, đọc xong tập truyện *Bông Hoa Trên Phím*, thầy thay đổi chương trình mua đàn cho tôi. Thầy sẽ tặng tôi một cây đàn trong bộ đàn của thầy. Mỗi ngày tôi phải dành ra ít nhất nửa giờ tập đàn. Mỗi tuần có giờ học đàn với thầy qua *Skype*. Như thế, tôi sẽ sở hữu cây đàn và tiếng đàn trước khi về hưu. Cuộc sống của tôi có nhiều điều kiện thuận lợi. Tôi đã học đàn ở Việt Nam. Tôi đã có đời sống của học sinh, sinh viên ở Việt Nam. Nơi quê hương thứ hai của tôi, nước Đức, đất nước với thế giới âm nhạc nổi tiếng 3 B: Bach, Beethoven, Brahms, tôi đã có những ngày tháng vui vầy sách vở ở trường trung học và đại học. Niềm vui bất ngờ làm tôi không nói nên lời. Tôi dạ dạ theo những lời phân tích, dẫn giải của thầy Dũng. Tôi thấy con đường trước mặt dẫu dài, dẫu gập ghềnh, vẫn kỳ thú với tiếng đàn tây ban cầm tuyệt vời. Tôi cố nhớ những điều thầy dặn. Điều quan trọng nhất là khát vọng, phải có khát vọng đeo đuổi ước mơ của mình.

Nhờ một chuỗi tình cờ may mắn, vài tháng sau cuộc điện đàm, cây đàn trong mộng của tôi đã đến Đức. Tôi sung sướng vô ngần, đem đàn ra ngắm, gảy nhẹ vài nốt. Tiếng đàn sao mà êm, mà dịu.

Tôi chuẩn bị "học cụ" cần thiết cho ngày tựu trường. Mặc dầu lúc ấy ở thị trường đã có điện thoại *Note 6*, tôi nhất định sắm *Note 4* cho giống điện thoại thầy đang xài. Tôi tập dợt cách xài *Skype*. Điện thoại phải gắn ở vị trí thu hình được ngón tay đánh đàn. Những giờ học với thầy Dũng sau hơn ba chục năm gián đoạn đã cho tôi cảm nhận được những *aha effects* "hiệu ứng aha" trong cuộc sống. À há, thì ra là vậy. Học đàn, không chỉ đơn thuần là học đánh đàn mà còn học cả triết lý sống. Sống vui, sống khỏe, sống đầy ý nghĩa với âm nhạc. Thầy cắt nghĩa, chơi đàn là phải tái tổ chức hệ thần kinh. Này nhé, để đánh một nốt nhạc trên *guitar* mình phải trải qua 19 công đoạn trong não. Mình phải để ý đến các huyệt đạo trên tay: huyệt nội quan, huyệt ngoại quan... Tôi hay bị lỗi ở ngón a, ngón yếu nhất mà lại phải chơi sợi dây số 1, dây *chanterelle*, dây của giọng ca lảnh lót. Bởi vậy, lỗi một tí là nghe chói tai ngay. Đầu tiên, học trong tưởng tượng mười bước cho nhuần nhuyễn, rồi mới ôm đàn. Thầy bảo, chơi đàn cần khối óc lạnh và trái tim nóng. Vậy mà, khi tôi chơi, cả tâm lẫn trí đều nóng. Tôi chỉ mỗi bị "lạnh cẳng", vì sợ mình chơi dở quá, thầy hết kiên nhẫn, không dạy nữa.

Tôi dợt các bài tập thầy gởi qua *email*. Tôi tập thâu, đưa vào *YouTube*. Một góc sân riêng của mình, để chỉ có thầy trò nghe thôi. Để thầy nhìn vào đấy, biết sai đúng mà sửa. Tuần nào, chưa tập dợt kỹ càng, ngại sẽ bị thầy rầy la, tôi vội vàng "hối lộ". Tôi gởi thầy tấm hình tôi đẩy xe, đưa Ba tôi đi dạo công viên. Thế là vào giờ học, thầy nhân đạo, rộng rãi, không bắt trả bài. Có những lúc thấy tôi quá lo lắng, thầy cắt nghĩa như giỡn đùa. Chơi đàn như đi tìm đường. Không nên lật bản đồ vừa đi, vừa nhìn. Như vậy sẽ chậm lụt. Coi chừng sẽ va cột đèn, vì mải mê nhìn bản đồ. Tốt hơn, trước khi cất bước, hãy nhìn tổng thể bản đồ, định hướng cho mình, chia đường đi thành nhiều đoạn. Hình dung trong trí những bước cho từng đoạn đường ngắn. Dần dà, tôi có thể tận hưởng những phút giây thư giãn, thoải mái trong giờ học đàn.

Cuối tuần, tôi về nhà thăm Ba tôi. Ba tôi yếu nhiều, Ba chỉ nghe tôi nói chứ không góp chuyện. Đến giờ học đàn, tôi lên *Skype*. Chào hỏi thầy Dũng, tôi xin phép hôm nay chỉ học lý thuyết, chứ không đánh đàn. Tôi chỉnh máy hướng về phía Ba tôi, để ông cụ nói chuyện với thầy. Ông đang nằm dã dượi, bỗng tươi vui, sống động, chống tay ngồi dậy, giọng nói rõ, khỏe. Thầy Dũng khen: "Ông cụ tốt tướng quá. Ông còn ở với con cháu được lâu." Ba tôi nhắc: "Con ráng học đàn lại đi. Học đàn cũng quan trọng, đem lại nhiều niềm vui cho mình".

Khi Ba tôi thường xuyên ra vào bệnh viện, tôi phải nhiều lần xin dời giờ học. Thầy bảo: "Từ từ học sau. Bây giờ tập trung lo cho ông cụ đi. Đừng bận tâm. Sẵn dịp, Thúy bỏ học, anh có thêm thì giờ chăm bà cụ mẹ anh". Có hôm thầy nhắn gọn qua *viber:* "Tạm nghỉ học vài tuần". Tôi tưởng như nghe tiếng thảng thốt của thầy: "Tôi sợ, tôi sắp sửa mồ côi Mẹ". Bao nhiêu tuổi đi nữa, mất mẹ, mình vẫn thành đứa trẻ mồ côi đau buồn.

Giờ đây, Mẹ thầy Dũng đã qua đời. Ba tôi đã khuất. Chúng tôi không còn những lúc vội vàng dời buổi học để tận dụng chút quỹ thời gian ít ỏi của đấng sinh thành. Đúng ra, lúc này tôi có nhiều thì giờ hơn để vui bên phím đàn. Nhưng có lẽ tâm tôi chưa đủ tịnh, tôi vẫn chưa cảm lại niềm đam mê chơi đàn của mình.

Tuổi hưu theo luật lao động của nước Đức là 67 tuổi. Tôi còn vài năm nữa để thực hiện dự định sở hữu tiếng đàn trước khi về vườn. Hy vọng tôi sẽ không phải đệ đơn lên Sở Lao Động Liên Bang xin dời tuổi hưu sang 80 tuổi, để tôi đủ thì giờ tập đàn. Một ngày rất gần, tôi sẽ trở về cung đàn. Để tôi được tròn thêm giấc mơ. Để tôi được thấy đời đẹp như mơ.

Tháng Ba 2020

Trích lời ca trong nhạc phẩm:
Tình Khúc Thứ Nhất của nhạc sĩ Vũ Thành An

CHUYỆN BA NGƯỜI

Ô! Đây không phải là *Chuyện Ba Người* của nhạc sĩ Quốc Dũng. Chuyện ba người của nhạc sĩ có những khúc mắc khó gỡ, có những tình huống khó xử.

Hai người vui biết bao nhiêu
Một người lặng lẽ buồn thiu đứng nhìn.

Không! Chuyện ba người của vườn Uyên không khó gỡ, chẳng khó xử, mà chỉ khó quên. Ba người ấy rất tâm đầu ý hợp. Họ cùng có trái tim lãng mạn ngất trời. Họ cùng miệt mài những trang tiểu thuyết một thời để yêu và một thời để... ngồi quán cà phê. Nhắc đến bộ ba, bên Âu, người ta liên tưởng ba chàng Ngự Lâm Pháo Thủ. Bên Á, người ta nghĩ đến ba ông Phúc Lộc Thọ. Trong tiểu thuyết vườn Uyên, bộ ba tam lang đã viết những trang truyện ngan ngát mộng mơ.

Sự xuất hiện của bộ ba tưởng như tình cờ, nhưng lại có sự xếp đặt theo thứ tự hợp lý. Nhất Lang say mê Nhất Nương. Nhị Lang tương tư Nhị Nương. Tam Lang để ý Tam Nương. Nhẽ ra, họ là bộ bốn. Bốn người bạn đi chung với nhau. Người thứ tư, Tứ Lang, đành đóng vai người ngoại cuộc, dẫu Café Uyên có bốn cô nương. Bởi, Tứ Nương đang là học trò tiểu học. Điệu bộ ngồi vắt vẻo trên cây ổi với mấy đứa nhóc khác, Tứ Nương không những là con nít, mà còn mang vẻ con trai. Sau này, tình cờ thấy lại "đứa bé con giai" ngày xưa, giờ trở thành giai nhân kiều diễm, Tứ Lang tiếc hùi hụi. Ôi, phải chi hồi ấy mình kiên nhẫn một tí, nhẫn nha chờ, có công mài sắt, sẽ có ngày nên… dao chứ. Nhưng nghĩ kỹ, Tứ Lang ngài ngại. Nhỡ thành chuyện bốn người, đám bạn rắn mắt sẽ dán cho bộ bốn cái nhãn anh em nhà Daltons trong truyện tranh Lucky Luke. Thế thì không gian bàng bạc thơ văn của các chàng ắt đầy tiếng súng đì đoành của anh cao bồi và tiếng xích sắt lèng xèng của tứ quái.

Theo thang bậc tuổi tác, người lớn tuổi nhất trong tam lang là Nhất Lang. Nhất Lang văn hay, chữ tốt từ thuở còn xài bút mực ở tiểu học. Một người bạn học chung với Nhất Lang năm lớp nhất, kể rằng, Nhất Lang viết những bài tập làm văn hay thần sầu. Thầy giáo khen xuýt xoa, những bài luận của Nhất Lang, văn phong bay bổng, ý tưởng già dặn. Mỗi lần chấm bài xong, thầy giáo đọc bài Nhất Lang cho cả lớp nghe, như khuôn mẫu để học trò noi theo. Thầy giáo đã nhắn nhủ, học trò nhất nhất vâng lời. Học trò lắng nghe lời vàng, ý ngọc. Nhưng chữ nghĩa vào tai này, khi tiếng trống giờ ra chơi thùng thùng, chữ nghĩa ào ào ra tai kia, giống như bầy học trò nhào ra khỏi lớp, chạy ngay đến hàng cà-rem sát cổng trường. Thầy giáo là hướng đạo sinh trẻ, rất thương yêu, gần gũi với bầy học trò. Sau giờ học, thầy giáo thường ở lại trường, dắt đám học trò ra sân sau của trường, hướng dẫn cách cắm trại. Đám học trò trẻ con lau chau, thích thú trong sinh hoạt ngoài trời với thầy giáo. Nhất Lang chẳng hề quan tâm đến không khí nhộn nhịp của lớp. Nhất Lang đứng thơ thẩn đâu đó, ngoài hàng hiên, cạnh bờ tường, ngắm trời đất bâng quơ.

Những năm lên trung học, Nhất Lang vùng vẫy bơi lội thỏa thuê trong giờ kim văn, cổ văn. Nhất Lang như con cá mắc cạn trong giờ toán, lý, hóa... Lên trung học đệ nhị cấp, tất nhiên, Nhất Lang theo ban C, để vui vầy với văn chương, thi phú. Nhất Lang có nhiều bạn bè, đa số dân ban C. Cũng có một số bạn bên ban A, B. Các bạn này, giữa những bài vở dài lê thê, khô khan của vạn vật, toán, lý hóa, cũng có đôi phút cùng Nhất Lang sôi nổi bàn về những cuốn sách *Khung Cửa Hẹp, Ngàn Cánh Hạc*. Nhất Lang rất thân với hai người bạn cùng ban C nhưng nhỏ hơn vài tuổi.

Nhất Lang vẫn cùng chúng bạn ngồi quán cà phê đây kia. Ngày nọ, Nhất Lang lạc bước đến vườn Uyên. Giữa nơi chốn của núi Ấn, sông Trà, thấp thoáng bóng dáng núi Ngự, sông Hương. Nhất Nương, với mái tóc mượt mà, ánh mắt kiêu kỳ, đã làm Nhất Lang hồn xiêu, phách lạc. Nhất Lang bỗng nghe tim mình chao nghiêng:

Em có phải từ nghìn xưa hoài vọng,
Giấc khuynh thành. Ôi! Quốc sắc thiên hương.

Từ đó, vườn Uyên là tiểu vương quốc thơ mộng nhất trong mắt Nhất Lang. Ngắm trăng vàng, chàng làm thơ. Nghe gió thổi, chàng làm thơ. Nhất Lang mong gặp Nhất Nương, để gởi gắm đôi lời:

Có phải em ngồi hong tóc xuân,
Mà anh sông, suối chảy quanh hồn.
Hình như em ghé vào trong mộng,
Mà có nghe lời anh gọi không?

Nhất Lang không cưỡng lại được sức hút của vườn Uyên. Những khi, vì lý do bất khả kháng, không thể đến vườn, Nhất Lang quay quắt:

Hỡi em! Một giấc tình sầu
Nhớ không dao cắt mà sao xé lòng

Với những dự định dời non, lấp biển trong trí, Nhất Lang khoác lên mình chiếc áo ngông nghênh, ngang ngạnh. Nhưng trong tim Nhất Lang, là những lời êm dịu:

Tôi có tôi từ khi yêu em
Là coi như đã nhận thiên đường
Cho nên đi suốt mùa thương nhớ
Những ngã ba mà đợi vóc hương

Nhất Nương vào đại học Sài Gòn, chỉ về thăm gia đình ở thị xã vào mùa hè, hoặc tết lễ. Nhất Lang đến vườn Uyên. Thiếu bóng Nhất Nương, vườn Uyên vừa buồn, vừa vắng:

Quán sầu nghiêng nắng tây hiên,
Em ơi! Men khói nào quên bây giờ?!

Mỗi năm, các trường trung học trong tỉnh có cuộc thi bích báo. Mùa xuân năm xưa ấy, thầy Nguyễn Văn Đồng, tức nhà thơ Hà Nguyên Thạch, giáo sư Việt Văn của trường Nữ Trung Học tổ chức cuộc thi báo tường. Thời đó, thầy Đồng làm bạn với nhà thơ Luân Hoán và một vài nhà văn, nhà thơ, nhà báo ở trọ nơi dãy nhà Trùng Khánh trên đường Phan Bội Châu. Một số nam sinh ban C, trường Trần Quốc Tuấn hay lân la làm quen với các cây đa, cây đề ở đây. Cuộc thi bích báo năm ấy rất xôm tụ. Toàn trường nô nức tham gia. Chả biết ai mách nhỏ, các nữ sinh lớp của Nhị Nương đánh tiếng nhờ các nam sinh ban C trường Trần Quốc Tuấn giúp đỡ. Khi những tiểu thơ áo trắng chúm chím cười, thủ thỉ đôi lời, dẫu các nàng bảo hái sao trên trời, các chàng vẫn sẵn sàng. Huống hồ, các nàng chỉ nhờ phụ làm bích báo. Đích thị là nghề của chàng. Bởi vậy, các chàng vui lắm, mở cờ trong bụng. Các cao thủ cầm, kỳ, thi, họa của mấy lớp ban C tụ tập ở nhà Tam Lang, miệt mài với cọ, với bút. Góc này, vài chàng đang đăm chiêu tìm ý văn, nét thơ. Góc kia, vài chàng nắn nót kẻ nhạc, vẽ hình. Các chàng lười ăn, biếng ngủ, toàn tâm, toàn trí chăm chút đứa con tinh thần cho các nàng. Ngày các nàng đem tờ bích báo đi nộp, các nàng hồi hộp một, các chàng lo âu đến mười. Lỡ, báo không được giải gì, tiếng dữ đồn xa, người ta biết đó là báo của nam sinh ban C, xấu hổ để đâu cho hết. Đau khổ hơn, e các nàng sẽ dứt đường tơ, không thương xót. Lạ thật, các chàng chẳng có tật, mà sao lại có lắm tài. Tờ bích báo được giải nhất toàn trường. Giữ lời hứa, Nhị Nương thay mặt lớp, mời các chàng nghệ sĩ gầy rạc, mắt trởm lơ vì thiếu ngủ trong những ngày cật lực làm báo, đến quán của nhà đãi chầu cà phê. Thế là, cùng một lúc có hai tia sét chớp sáng giữa vườn Uyên, dẫu đêm xuân ấy, trăng sáng hiền hòa.

Khi nghe đám bạn rủ nhau làm báo cho trường bạn, Nhị Lang đồng ý, vì thích làm báo, chứ không quan tâm ai nhờ. Thật may mắn, làm báo xong, Nhị Lang mới thấm thía nỗi niềm *phút đầu gặp em tinh tú quay cuồng*. Chứ gặp trước, tờ báo có nguy cơ bị đánh rớt, vì Nhị Lang chẳng viết gì, ngoài những ngôn từ ca tụng nàng. Nhị Lang mê viết văn và bàn bạc về triết học. Vào giờ triết, Nhị Lang thường tranh luận, một mất, một còn, với giáo sư triết. Có lúc giáo sư phải dời cuộc thảo luận tay đôi sang giờ chơi, để đủ thì giờ dạy cho kịp chương trình. Ấy thế, mà đối với Nhị Nương, chàng khoan nhượng tuyệt đối. Nhị Lang không làm thơ. Nhưng Nhị Lang yên tâm, thi sĩ Nguyên Sa đã nói hộ lòng chàng:

Tôi không biết rằng lạ hay quen
Chỉ biết em mang theo nghê thường

Có lần, sau cơn bão nhỏ rớt xuống thị xã đêm trước, Nhị Lang đi ngang Café Uyên, thấy Nhị Nương đứng trong vườn. Nhị Lang ân cần:

- Cơn bão có gây thiệt hại gì không?

Nhị Nương chỉ mấy nhánh hoa giấy bị gãy:

- Nhờ anh mang đi được không?

- Nhà tôi không có vườn.

- Vậy trong phòng học, chắc có chỗ cho nhành hoa giấy chứ?

- Không! Không có! Chỗ nào cũng đầy ắp hình bóng của cô nương rồi.

Nhị Nương bối rối, mắc cỡ quày quả vào nhà. Nhị Lang nói với theo:

Cho nên cặp mắt mờ hư ảo
Cả bốn chân trời chỉ có em

Mà thật vậy, giữa bầy tiên áo trắng của trường Nữ Trung Học tung tăng trước cổng trường, Nhị Lang chỉ thấy mỗi dáng khuê quế của Nhị Nương. Giữa tiếng nói cười vui nhộn của các thiếu nữ, Nhị Lang chỉ nghe mỗi giọng cười trong vắt của Nhị Nương. Nhị Lang vốn ăn nói đã giống triết gia. Giờ mang bệnh tương tư, ngôn từ của Nhị Lang lại càng bí ẩn, cao siêu. Nhị Lang chẳng màng ai hiểu mình hay không. Chỉ cần Nhị Nương nhoẻn miệng cười, là tim của Nhị Lang lại đập những nhịp... *biết yêu em rồi tôi biết tương tư.*

Trên trường, Tam Lang đà ra dáng văn nhân, thi sĩ, là một trong những khuôn mặt văn chương nổi bật, bạn bè mến mộ. Tam Lang đã nhiều lần lang thang trên đường Phan Bội Châu, đi sau những tà áo trắng, viết dăm câu thơ học trò. Có lúc, bạn bè thấy Tam Lang sánh bước với nữ sinh trường Nữ Trung Học. Thế mà, sau lần được khoản đãi cà phê ở vườn Uyên, gặp con bé tuổi mười ba, Tam Lang bỗng khám phá ra sở thích mới của mình. Tam Lang thích trồng cây... si. Trong khi Nhất Lang, Nhị Lang xôn xao lời văn, tiếng thơ để mê hoặc Nhất Nương, Nhị Nương, Tam Lang chỉ lặng lẽ nhìn Tam Nương. Nhất Nương có lúc tặng một nụ cười kiêu sa, khi Nhất Lang bắt chuyện. Nhị Nương có lúc gởi một nét cười đài các, khi Nhị Lang hỏi han. Tam Nương chỉ cười hăng hắc, khi nói chuyện với anh chị em trong nhà. Nhưng lúc giáp mặt với các chàng nghệ sĩ trẻ, Tam Nương mặt mày nghiêm trang, y hệt bà cụ non. Tam Nương nhìn ai cũng như nhau, không hề dành sự đặc biệt nào cho Tam Lang. Bạn bè xuýt xoa, khen không hết lời những câu thơ óng ả của Tam Lang. Vài đứa bạn đã "mượn" Tam Lang dăm ba bài thơ để đi "tán đào" và đã "công thành danh toại". Vậy mà, Tam Nương chẳng hề có biểu hiện tình cảm nào, khi đọc những vần thơ của Tam Lang gởi gắm. Tam Lang tâm sự với người bạn thân:

Đọc kinh ngàn vạn quyển
Không hiểu nổi một người
Ta bắt đầu nghi hoặc
Hay thánh hiền nói chơi

Bạn an ủi:

- Thôi, để tâm chi cho mệt. Con oắt tì bây giờ hỉ mũi còn chưa sạch. Làm sao hiểu nổi thơ với văn. Chờ vài ba năm nữa, nó nhổ giò...

Người bạn, đồng bệnh tương lân, chia sẻ nỗi sầu cùng Tam Lang. Bởi, người bạn có tâm sự riêng, khắc khoải dữ lắm:

Đành rằng vậy tâm hồn em khép cửa
Mà sao anh cứ gõ dập bàn tay
Mà sao anh cứ mơ chuyện trăng bay
Khi đời sống không bao giờ nguyệt thực...

Nhất Lang lắm lúc ái ngại vì sự im lặng đầy cam chịu của Tam Lang, đâm ra bực bội khuôn mặt khó đăm đăm của Tam Nương. Sự thầm lặng của Tam Lang dần dà tích tụ thành thơ. Những câu thơ thật tra trắng của thanh niên chưa đến tuổi đôi mươi.

Trên nhánh cây tiền kiếp
Chim nhỏ máu luân hồi
Có bao giờ em biết
Ta buồn không hé môi

Nói cho ngay, Tam Nương vẫn đang tuổi đọc báo *Tuổi Hoa*. Mà chỉ hoa xanh, hoa đỏ, chứ Tam Nương nào đã có giấy phép đọc *Tuổi Hoa* tím. Những vần thơ tuyệt mỹ của Tam Lang e không làm con bé cảm động như truyện *Chiếc Xe Thổ Mộ* của Bích Thủy. Những ý thơ phiêu diêu, e không hấp dẫn con bé bằng truyện *Bí Mật Dầu Lửa* của Nguyễn Hiến Lê.

Chuyện ba người lửng lửng, lơ lơ được vài năm. Tam lang đã viết biết bao bài thơ đẹp, biết bao đoạn văn hay. Tưởng tượng, chuyện ba người trở thành chuyện sáu người của vườn Uyên. Đấy sẽ là chuyện cổ tích có hậu, với *happy ending*. Nhưng cơn lốc khốc liệt 1975 đã đẩy xua những hồn thơ, hồn mộng của thị xã nhỏ bé tứ tán. Tam lang, tam nương trôi dạt về những phương trời xa lạ và mất hẳn tin tức của nhau.

Gần nửa thế kỷ trôi qua. Nhất Lang thôi không còn sánh bước với bộ ba thuở nào. Nhị Lang đâu đó trên trái đất tròn vo này. Nhưng biền biệt, không nghe một lời, không thấy một chữ của nhau. Tam Lang đã giã từ cõi tạm vài năm trước.

Tình cờ, nghe nhắc đến vườn Uyên, *Ở Một Nơi Ai Cũng Quen Nhau*, những kỷ niệm thơ dại, của những tâm hồn vừa thơ, vừa dại thuở nào, ùa về, vây kín hồn Nhất Lang. Nhất Lang chiêu một ngụm trà:

Từ đó nghìn trăng biêng biếc mộng,
Ta qua sương khói hợp tan này.
Hỡi ơi! Vạt áo em ngày nọ,
Giờ vẫn còn nguyên vẹn đắm say.

Nhất Lang hỏi thầm: "Nhị Lang ơi, Tam Lang hỡi! Hai bạn có nhớ đến ngày xưa như thế này không hở?"

Tháng Tư 2019

Tái bút:

Ngày xưa, họ là những chàng, những nàng có thật trong cuộc sống... Ngày nay, cứ xem nhân vật và sự kiện là tiểu thuyết. Sự trùng hợp, bởi thế, chỉ là tình cờ dễ thương.

Nhân đây, người viết xin cám ơn nhiều bạn bè đã góp lời, góp ý, để người viết có thể thêu dệt những ngẫu nhiên đáng yêu này. Đặc biệt, xin cám ơn thi sĩ Bùi Tuấn Kiệt và thi sĩ Nguyễn Minh Phúc cho phép người kể chuyện trích dẫn nhiều câu thơ. Nhất là đã nhắc nhớ nhiều kỷ niệm với cố thi sĩ Trầm Thụy Du. Xin cám ơn thi sĩ Luân Hoán, thi sĩ Hà Nguyên Thạch đã vui vẻ cho phép người kể chuyện được giữ tên thật trong truyện.

Những câu nhạc in nghiêng trích trong bài hát:

Chuyện Ba Người của nhạc sĩ Quốc Dũng

Biết Đến Thuở Nào của nhạc sĩ Tùng Giang & Trường Kỳ

Bao Giờ Biết Tương Tư của nhạc sĩ Phạm Duy & Ngọc Chánh

Những câu thơ in nghiêng trích trong bài thơ:

Tương Tư của thi sĩ Nguyên Sa

Riêng Trời Nguyệt Tận của thi sĩ Trầm Thụy Du

Tạ Ơn Em của thi sĩ Nguyễn Minh Phúc

Hẹn, Hỏi, Đêm, Dương Cầm, Mộng, Người, Ngồi Quán của thi sĩ Bùi Tuấn Kiệt

BIẾC

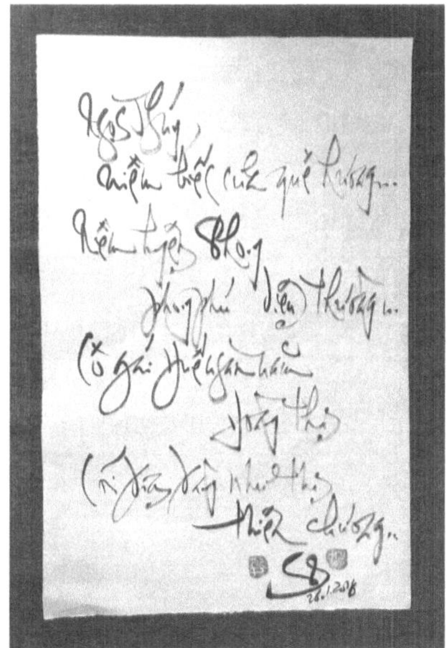

Thơ và tranh thư pháp của thi sĩ Trụ Vũ

Niềm biếc

Đọc, nghe câu thơ hay, thấy thích, tôi học thuộc ngay, và đưa vào "kho dữ liệu" của mình. Đôi lúc sơ suất, tôi không biết tên tác giả. Bởi thế, khi trích dẫn, tôi đành xem những câu thơ ấy là của kho tàng "văn học dân gian". Trong cái rủi, có cái may. Do lầm lẫn, ghi sai tên tác giả bài thơ trong một truyện ngắn của tôi, tôi được quen với thi sĩ Trụ Vũ và An Hòa, con gái của ông. Chẳng những thế, sau khi nghe tôi trình bày sự việc đã xảy ra, thi sĩ Trụ Vũ viết bài thơ khoán thủ với họ tên của tôi và tựa đề của truyện ngắn *Khi Mười Bảy Tuổi*.

Từ đó, tôi liên lạc với thi sĩ Trụ Vũ qua An Hòa. Mối quan hệ của chúng tôi, dù chỉ trong điện thư, ngày càng thắm thiết, đậm đà. Dẫu chưa hề gặp nhau, chưa hề nghe giọng nói của nhau, nhưng chúng tôi cảm thấy rất gần nhau, và có sự đồng cảm rất lớn. An Hòa nhắn, "Ba em nói, truyện của chị, rất 'ngộ'. Vui duyên dáng và cuốn hút người đọc. Qua những câu chuyện độc giả có thể nhận ra một cây bút dí dỏm, thông minh, trong sáng pha lẫn chút nghịch ngợm."

Thư từ của An Hòa luôn đem đến cho tôi niềm vui nhẹ nhàng. Thỉnh thoảng, An Hòa chuyển cho tôi vài bài thơ của bác Trụ Vũ. Tôi rất yêu bài thơ *Tri Âm*, trích trong quyển thơ *Biếc* của thi sĩ Trụ Vũ.

Có một bạn tri âm
Như có vầng trăng sáng
Có đôi bạn tri âm
Cả ngân hà lai láng

Cố công tìm, tôi vẫn chưa được đọc các vần thơ ảo diệu khác trong quyển thơ *Biếc*. Tự lúc nào, trong tâm tưởng tôi, "biếc" có chỗ đứng rất đặc biệt. "Biếc" là một trong những chữ đẹp nhất của tiếng Việt. Tôi thương chữ "biếc" quá thể.

Một hôm, tôi nhận được *email* của An Hòa, kèm theo hình chụp bài thơ được viết thư pháp. An Hòa kể, "Sau khi đọc xong một số truyện của Hoàng Quân, Ba em cảm tác phóng bút làm bài thơ và mang giấy cọ viết thư pháp của bài thơ tặng o gái Huế đây".

Ngọc Thúy,
      niềm biếc của quê hương...
Niềm huyện Phong [*]
      phong phú diệu thường...
Cô gái Huế ngàn năm
      Hoàng Thị
Cõi địa đàng như thị
      thiên chương...
(Trụ Vũ - 2018)

[*] huyện Phong Điền, Thừa Thiên – Huế

Thi sĩ Trụ Vũ, tháng Năm 2018

Bác Trụ Vũ đánh dấu hoa thị ở chữ "niềm huyện Phong" và cắt nghĩa "huyện Phong Điền, Thừa Thiên – Huế". Bài thơ đẹp quá. Bài thơ không những gói trọn tên họ của tôi, mà còn nhắc đến quê nội, quê ngoại của tôi. Lúc mới liên lạc với bác Trụ Vũ, nghe bác gốc Huế, tôi "khoe" với bác, huyện Phong Điền là nơi Ba Mạ tôi đã sống.

Tôi đọc không biết bao lần bài thơ. Ô, quả là sự tình cờ diệu kỳ. Tôi tìm "biếc" nhưng chưa gặp. Nay bác Trụ Vũ đem *niềm biếc* tặng tôi. Đây là "biếc" của riêng tôi. Tôi cảm động rưng rưng.

Tôi ngắm không biết bao lần bức tranh thư pháp. Nét bút cọ của bác Trụ Vũ, của đôi bàn tay đang bước vào tuổi chín mươi, là rồng bay, là phượng múa.

Tôi ước mong Ba Mạ tôi còn trên đời. Tôi sẽ đọc cho Ba Mạ nghe bài thơ. Tôi mời Ba Mạ cùng chiêm ngưỡng bức tranh thư pháp. Nơi chín suối, Ba Mạ vui mừng cho con may mắn, gặp mối duyên văn nghệ đáng quý, thăng hoa cuộc sống tinh thần.

Chữ Biếc

Tôi là bạn chị Hoàng Nga. Chị Hoàng Nga là bạn anh Nguyễn Nam An. Theo suy diễn tam đoạn luận nửa vời của tôi, tôi đương nhiên thành bạn anh An. Trong liên lạc *email* qua lại với bạn bè, anh Nguyễn Nam An đã ưu ái "gắn" tên tôi vào nhóm.

Bởi thế, tôi nhận *email* có văn thơ của thi sĩ Nguyễn Nam An và thân hữu của anh ấy. Để đáp lễ, vui tay, tôi chuyển vài truyện cười giải trí. Một người trong nhóm bạn của anh An, anh Lê Hân, hỏi thăm tôi và muốn đưa những truyện cười lên trang nhà của anh, trang *Saigonocean*. Bản tính thích cười và ưa nghe tiếng cười, tôi lí lắc gởi tiếp vài truyện tiếu lâm đến anh. Để thay đổi không khí, tôi mời anh Lê Hân đọc một truyện ngắn của tôi, truyện *Nhớ Tiếng À Ơi*. Tôi như nghe tiếng anh reo vui trong *email*... "Bài viết hay quá. Hồi ấy, tôi đọc bài này trong *Thế Kỷ 21*. Anh của tôi, anh Luân Hoán cộng tác với *Thế Kỷ 21*... Bây giờ đọc bài này do tác giả gởi, cũng như là mới, và vẫn thấy hay như lúc đọc ở *Thế Kỷ 21*... "

Năm 2010, khi đến San Jose họp bạn, tôi liên lạc anh Hân. Hẹn tới lui, trật vuột suốt, lại thêm lạc đường. Bởi thế, chúng tôi chỉ vỏn vẹn vài câu chào hỏi cập rập. Tôi nhấp nhỏm, chạy cho kịp giờ đến chỗ họp mặt bạn cũ ở Milpitas. Dẫu gặp nhau chớp nhoáng, tôi vẫn cảm nhận tình thân ái anh Lê Hân dành cho tôi. Từ đó, tôi gởi bài đều đặn đến anh Lê Hân và trang mạng của anh. Những lần đi chơi California, nếu ghé San Jose, tôi sắp xếp gặp anh Lê Hân. Cùng chị tôi, chị Thanh Tâm, chúng tôi được trò chuyện với anh Hân trong ngôi nhà ấm cúng, thanh lịch. Anh cho chúng tôi xem một số sách báo của Nhân Ảnh xuất bản.

Thi sĩ Lê Hân, Hoàng Quân, Hoàng Thanh Tâm,
San Jose – 8/2015

Nghe tôi kể lể những gian truân khi xuất bản tập truyện đầu tay *Bông Hoa Trên Phím*, anh Song Thao "rỉ tai", phần lớn những đứa con tinh thần của anh Song Thao chào đời từ nhà Nhân Ảnh. Tôi dạ dạ, cám ơn. Nhưng phân vân, con cái anh Song Thao xuất thân là... danh gia vọng tộc. Còn con mình... Không khéo thành... đỉa đeo chân hạc. Tôi đắn đo, chẳng biết mở lời thế nào. Tôi tưởng như mình đi qua, đi lại nhiều lần trước nhà xuất bản Nhân Ảnh. Dùng dằng đứng lại, tôi rón rén gõ cửa. Trái với những lo ngại của tôi, anh Lê Hân niềm nở, ân cần: "Được mà. Thúy gởi bài theo *word file*, phần còn lại, nhà xuất bản Nhân Ảnh lo hết". Thế là tập truyện *Nhớ Tiếng À Ơi* ra đời trong vòng tay bảo bọc của Nhân Ảnh.

Anh Lê Hân cho tôi cảm tưởng mau chóng thành người nhà của Nhân Ảnh. Bản thảo Đứng Ngẩn Trông Vời vừa xong, cánh cửa của Nhân Ảnh mở rộng chào đón. Anh Lê Hân cùng các thân hữu trong nhóm Nhân Ảnh làm việc thật kỹ lưỡng, mà lại nhanh chóng. Anh Lê Hân rất chu đáo. Anh cho tôi được ngắm nghía đứa con tinh thần của mình trong từng công đoạn, bắt đầu bìa sách đến ruột sách và bản trình bày hoàn chỉnh trước khi đưa qua nhà in. Anh gởi bài thơ, bảo, tặng tác giả Đứng Ngẩn Trông Vời. Món quà nhỏ của anh Lê Hân cho tôi niềm vui lớn.

Hương Sách
(Tặng tác giả Đứng Ngẩn Trông Vời)

"đứng ngẩn trông vời áo tiểu thư"
câu thơ Huy Cận đẹp đến chừ
"mỹ nhân như thể câu thơ cổ"
thơ của Nguyên Sa vẫn còn như

đời sống tuyệt vời nhờ mỹ nhân
xưa, sau mãi mãi dáng tuyệt trần
tâm hồn tinh khiết cùng hương sắc
chắp cánh thơm tình áng thơ văn

càng lộng lẫy thêm trang giấy hoa
trang đài tay lụa mở thiết tha
nuôi chữ biếc xanh nồng tâm ý
đến với nhân gian nỗi đậm đà

"đứng ngẩn trông vời" ai trong văn
nắng trời vàng óng, ánh đêm trăng
tôi dường như thấy lòng người đọc
khựng lại bâng khuâng trước ngọn đèn

hoa nở đâu đây thoảng mùi hương
không gian bàng bạc chút hoang đường
áng thư sách mở từng hơi thở
đời sống giàu thêm những yêu thương.
Lê Hân - 2018

Tôi tháo sợi nơ gói món quà của anh Lê Hân... *chữ biếc xanh nồng tâm ý...* Ô, tôi thấy những khoảnh khắc hạnh phúc vây quanh. Tôi lại được gặp "biếc" của mình.

Sóng Nước Biếc

Là la la lá, lá la là là la la lá... Tiếng nhạc phong cầm tươi tắn len lỏi giữa dòng người lũ lượt tràn ra những cổng xe của nhà ga xe lửa Frankfurt West. Tôi không quẹo sang cổng số hai để lên xe lửa về nhà, mà đi thẳng đến góc đường hầm, nơi người nhạc công đang say sưa chơi phong cầm.

Lâu lắm rồi, tôi mới nghe lại bài hát xưa như trái đất này. Tôi dừng chân bên người nhạc công, lẩm nhẩm hát theo. *Kisses for me/ Save all your kisses for me/ So long honey so long/ Hang on baby hang on...* Người nhạc công chuyển sang chơi *Türkischer Marsch*, rộn ràng. Chuyến xe về Bad-Nauheim đã rời bến. Tôi quyết định nhanh chóng. Mình sẽ đón chuyến sau. Chẳng gì phải vội. Ở đây thưởng thức trình diễn *live*, lại được "ghế danh dự", sát rạt sân khấu. Nhạc công dừng tay đàn, ngước lên, cười hiền hậu. Tôi khen ông chơi hay, *sehr schön gespielt,* ông nhướng nhướng mày chưa hiểu, tôi bảo *beautifully, so well.* Ông cười nhẹ, *thank you, thank you.*

Chiều đi làm ra, tôi thỉnh thoảng thả lỏng vài chuyến xe, la cà ở khu Frankfurt West, nghe người nhạc công chơi nhạc. Sau nhiều lần nói chuyện, vài chữ tiếng Anh, đôi chữ tiếng Đức, nhờ ông Gồ dịch cho mấy chữ tiếng Nga. Tôi được biết nhạc công tên Vladimir, người Ukraine. Ở quê nhà, có lẽ ông là thầy giáo dạy nhạc hoặc chơi trong các ban nhạc hòa tấu cổ điển. Ông kể, ông chơi dương cầm, vĩ cầm, vài nhạc cụ dân tộc ở xứ ông. Ông đến Đức như du khách, chơi phong cầm ở nhà ga, kiếm tiền độ nhật. Cứ mỗi hai tháng ông phải rời nước Đức, rồi mới trở lại đúng thủ tục.

Có lần, tôi muốn hỏi, ngày hôm qua ông chơi đàn ở đâu, mà tôi không gặp. Ông chỉ bắt kịp mỗi chữ *yesterday.* Thế là ông nâng đàn, chơi bài *Yesterday,* bảo: *"for you".* Lúc khác, tôi kể, tôi đang *on the way* đi nha sĩ. Thế là ông tặng tôi bài *My Way.* Tuy vội, tôi "sắp xếp" thì giờ thưởng thức trọn bài *My Way.*

Ông đàn bài nào cũng hay, cũng du dương. Nhà ga Frankfurt West đông nườm nượp. Ai nấy tất tả, vội vàng. Có người chỉ kịp thảy vội đồng tiền vào thùng đàn, rồi co giò chạy cho kịp chuyến tàu. Tôi nghĩ, đành rằng ông chơi nhạc để kiếm tiền. Nhưng chắc hẳn ông sẽ vui hơn, nếu người ta đôi phút lắng nghe tiếng nhạc của ông, trước khi góp chút tiền. Ban đầu, ông gật nhẹ đầu, nói *“Danke”*, *“thank you”*, khi tôi đặt tiền vào hộp đàn. Về sau, vừa thấy tôi đưa tay mở túi xách lấy tiền, ông dừng đàn, lắc đầu nguầy nguậy, *“no, no”*, *“nein, nein”*. Có lẽ, ông muốn tôi thưởng thức tiếng đàn như những khán, thính giả của ông ở quê nhà. Chứ ông không muốn tôi như những người khác, bỏ tiền vào thùng đàn với chút lòng trắc ẩn. Quen ông hơn, tôi bắt đầu nghĩ “nhạc yêu cầu”. Tôi hỏi *Célèbre Valse, Autumn Leaves*. Ông nâng đàn, đắm hồn trong tiếng nhạc của chính mình.

Năm nọ, khi người bạn dẫn đi dạo trong công viên ở Oslo, Na Uy vào mùa đông, nghe người nhạc công đường phố chơi bài *Waves of the Danube*, tôi như thấy được những đợt sóng. Dẫu lúc ấy, tuyết trắng xóa ngút ngàn. Từ đó, tôi càng thương bài *Sóng Nước Biếc*.

Tôi hỏi, ông có thể đàn *Waves of the Danube*. Ông không hiểu. Tôi đổi qua tiếng Đức *Donauwellen*. Ông có vẻ bối rối, vẫn chưa hiểu. Tôi hát nhỏ vài câu của bài *Sóng Nước Biếc*.

Một giòng sông sâu cuồn cuộn sóng trôi về nơi đâu... Ông mừng rỡ *okay, okay*.

Đã nhiều lần, chiều tôi đi làm ra, nếu còn gặp ông Vladimir, tôi chẳng ngại những con mắt trần gian, nhìn nhìn thắc mắc, tôi vui ca theo tiếng đàn của ông Vladimir. Đang chơi vơi, đang chơi vơi, sóng lan mọi nơi…

Khi thấy tôi từ xa, dẫu đang chơi *Hungarian Dance No 5*, ông Vladimir ngưng ngang, nâng đàn tặng tôi, *sóng lớp lớp, sóng lớp lớp, sóng đem nguồn vui…* Tôi về nhà, trong lòng rộn ràng niềm vui ấm áp cuối ngày.

Giờ đây, chốn này, mùa đông đã qua, những chồi biếc của cây cỏ khoác tấm áo mùa xuân cho đất trời quanh tôi.

Niềm biếc của thi sĩ Trụ Vũ, *chữ biếc* của thi sĩ Lê Hân, *sóng nước biếc* của người nhạc công đường phố cho lòng tôi rộn ràng hương xuân qua bốn mùa. Ôi chao! Sao tôi thương quá chữ biếc đẹp vô vàn của tiếng nước tôi.

Tháng Ba 2019

Waves of the Danube (Romanian: Valurile Dunării) by Iosif Ivanovici, cũng được biết như Ion hoặc Ivan Ivanovici, lời Việt *Sóng Nước Biếc* của nhạc sĩ Phạm Đình Chương.

Tháng Sáu 2019

Viết thêm:

Tôi muốn chia sẻ tấm hình thi sĩ Trụ Vũ bên tranh thư pháp vào tạp bút *Biếc*. Tôi viết đôi dòng nhờ An Hòa, con gái bác Trụ Vũ, hỏi xin phép. Ít lâu sau, tôi nhận được thư trả lời của An Hòa, cùng bài thơ "Biếc" bác Trụ Vũ ghi, "Vui tặng cháu Ngọc Thúy".

Một lần nữa, bác Trụ Vũ tặng cho tôi món quà tuyệt vời. Nếu Ba tôi còn trên đời, hẳn Ba tôi sẽ đọc những câu thơ trong Truyện Kiều của Nguyễn Du và cắt nghĩa cho tôi hiểu thêm *ngọc lam điền*. Ba tôi sẽ nhắc đến bài thơ "Xuân Tứ" của Lý Bạch và diễn dịch *Yên thảo như bích ty* bằng giọng Huế Phong Điền. Tôi chưa đọc được quyển thơ *Biếc* của thi sĩ Trụ Vũ. Có lẽ, vì thế, tôi chưa hiểu được: *"999 điệp khúc..., Hẹn chín tầng lưu ly..."*.

Người bạn văn đàn anh, anh Nguyễn Hiền đã chia sẻ đôi dòng khi tôi hỏi ý nghĩa của hai câu cuối trong bài thơ.

999 điệp khúc: có lẽ bắt nguồn từ một bài hát nổi tiếng của Trung Quốc: cửu bách cửu thập cửu đóa mai côi (Jiǔbǎi jiǔshíjiǔ duǒ méiguī),

9 tầng lưu ly: có lẽ từ "cửu đỉnh lưu ly". Thường được nhắc tới trong truyện tàu, truyện kiếm hiệp... Diễn tả một thế giới cao tột, vui sướng. Có thể tạm dịch là "lên đến bảy từng trời", "cõi thiên đàng".

Đọc bài thơ "Biếc" của bác Trụ Vũ tặng, tôi nhớ đến bài thơ "Quasimodo", bác Trụ Vũ viết vào năm 1954. Khoảng cách thời gian giữa hai bài thơ là 65 năm. Mà lời thơ vẫn mượt mà. Phải chăng trái tim thi sĩ vẫn mãi thanh xuân?

Biếc

Quê ngoại tôi, Phong Điền,
Một huyện tỉnh Thừa Thiên.
Có cô bé Ngọc Thúy,
Y như ngọc lam điền.
Biếc một màu biêng biếc,
Xanh chín tầng hạo nhiên.
Cô lại viết tập văn,
Và đặt nhan là Biếc.

Ôi cô có biết chăng:
Sách và người song tuyệt
Cũng thúy – biếc, như... trăng.

Lại, cô có biết chăng:
Tôi, người đang kể chuyện,
Cũng có một tập thơ
Đặt trùng nhan với truyện.
Là: Biếc, biếc như... tơ.

Yên thảo như bích ty...
Tập thơ nói điều chi?
999 điệp khúc...
Hẹn chín tầng lưu ly...

6.6.2019
Trụ Vũ
"Vui tặng cháu Ngọc Thúy"

ĐÓA HOA ĐỜI XINH XINH

Bông hoa trên phím tươi cười
Người tiên tặng đoá hoa đời xinh xinh
(Cây Đàn Bỏ Quên, Phạm Duy)

Năm 2010, biết tôi qua Mỹ, nhân dịp Hội Ngộ Trường IVS (*International Voluntary Service*), nhà văn Đặng Phú Phong đề nghị giúp tôi in sách và tổ chức ra mắt sách ở nam California. Anh Đặng Phú Phong quen biết nhiều trong văn giới và rất nhiệt tình. Anh là bạn tù của Ba tôi những năm ở trại cải tạo. Anh rất quý Ba Mạ tôi, thân thiết với chúng tôi như anh em trong nhà. Tôi rất vui, được anh Phong quan tâm, giúp đỡ. Nhưng đề nghị in sách đối với tôi bất ngờ và xa vời quá. Lúc đó, tôi chưa hề tơ tưởng chuyện in sách. Đã nghe có văn sĩ, thi sĩ sở hữu cả "nhà thơ, nhà văn, nhà sách" trong *garage*, tôi cảm nhận nỗi ngậm ngùi cho thời buổi văn chương hạ giới rẻ… hơn bèo. Biết phận mình ở Âu châu, nhà cửa tí hon, xe hơi thường phải dãi nắng, dầm mưa ngoài đường, làm gì có nhà đậu xe để nhường chỗ chứa thơ, chứa văn. Rất cảm kích tấm lòng của anh Đặng Phú Phong, nhưng tôi đành cười trừ.

Thật ra, tôi đã "phát hành" truyện theo quy mô và phương pháp riêng của tôi từ lâu. Một số họ hàng, bạn bè của tôi ở "thâm sơn, cùng cốc", chưa biết đến văn minh *internet*, nên không thể vào *link* của các báo để đọc truyện Hoàng Quân, mà cũng chẳng có địa chỉ *email* để tôi gởi bài theo điện thư. Như một công chức cần mẫn của thế kỷ trước, tôi lập cuốn sổ nhỏ, ghi tên các truyện ngắn của tôi ở hàng ngang. Hàng dọc là tên các độc giả ruột dài hạn. Gởi cho ai truyện nào, tôi gắn chữ x vào ô đó, để khỏi gởi trùng. Tôi chụp bản sao truyện ngắn, ngoáy vội đôi dòng, phóng ngựa sắt ra bưu điện gởi "sách" đến độc giả. Công nghệ xuất bản sách của tôi dừng chân ở đó. Tôi gọi điện thoại, biết bạn bè đã nhận được vài trang truyện in trên giấy *DIN A4* của tôi. Tôi yên tâm, chương trình phát hành vậy là thành công. Bạn bè kháo chuyện, bàn ra, tán vào, cười khúc khà, khúc khích. Với tôi, như vậy là niềm khích lệ lớn.

Nhiều năm tôi vẫn hài lòng với thú vui viết văn và phát hành bài vở theo phong cách thủ công nghiệp của mình. Đây là một sinh hoạt vừa tốn thì giờ lẫn vàng bạc, nhưng đem đến cho tôi những khoảnh khắc hạnh phúc, những phút giây lòng đầy ắp niềm yêu đời, yêu nhân gian quanh mình.

Vậy mà năm năm sau, tập truyện *Bông Hoa Trên Phím* bằng giấy, bằng mực đã mở mắt chào đời. Nâng niu đứa con tinh thần trên tay, tôi nghe tim mình rộn rã khúc hoan ca.

Dẫu niềm vui tràn trề, ngoái lại sau lưng, hành trình cuốn sách khá khúc khuỷu, quanh co, có lúc tưởng như không thực hiện được.

Năm nọ, chị bạn kể, in tập thơ be bé, tặng các hội đoàn từ thiện. Nhiều nhà hảo tâm đóng góp, chị đã gây quỹ vài chục triệu đồng Việt để làm việc nghĩa. Khách mua tập thơ ủng hộ, có thể nghĩ rằng, hôm nào rảnh sẽ đọc. Nhưng bận rộn áo cơm không ngừng, chẳng còn thì giờ ngâm nga thơ thẩn. Tập thơ ngủ quên đâu đó, bên cạnh những tập thơ khác trong học bàn, trên kệ tủ... Chẳng sao, miễn cuối cùng, ngôi trường nghèo trên miền núi có thêm ít bàn ghế. Đám học trò nghèo có được chiếc xe đạp. Thế là tập thơ tròn thiên chức làm đẹp cho đời. Nghe vậy, tôi có thêm lý do khi làm một cuốn sách của mình, cho mình. Trong trí manh nha vài ý tưởng về tập truyện *Bông Hoa Trên Phím* của Hoàng Quân. Tôi mon men hỏi người bạn cách thức xuất bản sách ở Việt Nam. Câu trả lời rõ ràng: "Phải xin giấy phép. Phải có nhà xuất bản đứng ra lo thủ tục." Chuyện nhì nhằng hành chính (hành hạ là chính) này từ từ tôi tính sau. Đầu tiên tôi phải "cụ thể hóa" nội dung và hình thức cuốn sách.

Tôi lục "thư viện ảo" lựa một số truyện về những ngày xưa, ngày thơ của Hoàng Quân. Đồng thời, tôi tìm người giúp tôi trình bày hình thức cuốn sách. Trước đây, khi viết truyện *Mẹ Cha Đem Về* và một số truyện khác, tôi nhờ Đỗ Tuấn Huy, em chồng của em gái tôi, vẽ tranh minh họa. Tôi liên lạc với Huy, dọ ý nhờ giúp. Huy cáo lỗi, bảo, đang bận tâm với nhiều chuyện. Huy không nỡ từ chối hẳn mà chỉ hòa hoãn. Huy nhắn nhe tôi chuẩn bị bài vở sẵn trong lúc chờ đợi. Lúc nào bớt bận trí, Huy sẽ báo tin. Huy nhắc tôi tạo thói quen làm việc khoa học. Lựa bài vở, sắp xếp có thứ tự, lớp lang, cho vào một "học tủ" (*folder*).

Trong lúc chờ "nhà vẽ" bắt tay vào việc, tôi dỏng tai, căng mắt thu lượm thông tin đây kia. Một chị bạn đã đôi lần phát hành thơ truyện để gây quỹ cho các sinh hoạt từ thiện. Chị cho biết, ấn phí cho 1000 bản, tối thiểu 6 ngàn đô la

Mỹ. Thuở tôi còn chí thú cày bừa, ngoài tiền lương, còn tiền thưởng xôm tụ, chưa chắc tôi dám chơi "bạo". Huống hồ bây giờ, tôi đâu còn nhất nghệ nữa mà có tới thất… nghiệp. Hãng đóng cửa. Ông chủ và tôi chia tay, đường ai nấy đi. Ngày ngày, tôi ngồi chơi xơi nước. Đêm đêm, tôi chong đèn viết đơn xin việc. Sở lao động thành phố là chủ hãng phát "lương" cho tôi sống cầm hơi, chờ việc mới. Bởi thế, tôi vừa nghe con số, chân tay bủn rủn, xây xẩm mặt mày. Thôi, mình con nhà lính, nào dám tính kiểu nhà quan. Có giai thoại kể rằng, thi sĩ Bùi Giáng bán gia tài để in thơ. Tôi vừa không có của cải, vừa nhát gan, đâu dám vung tay quá trán (đồ của tôi).

Nhưng đâu đó trong tim, tôi vẫn tiếp tục ấp ủ giấc mơ con con của mình. Tôi thấp thà, thấp thỏm nghe ngóng, chờ Huy có cảm hứng, có thì giờ để bắt tay vào việc vẽ vời, thiết kế cho cuốn sách.

Sau nhiều tháng trời tìm kiếm, tôi đã có việc làm, tạm xem như ổn định. Có việc, xem như có... vàng bạc. Nhưng thì giờ lại trở nên quá eo hẹp. Mới nhận việc, tôi phải nỗ lực hết sức, để cạnh tranh với những người nhiều tài mà ít tuổi hơn mình. Tôi theo phương châm, ăn cây nào, không những rào cây ấy, mà rào luôn... cả vườn. Bởi thế, ban ngày tôi miệt mài cày trên hãng. Ban đêm, về nhà chăm chỉ học hành, "bồi dưỡng trí tuệ".

Dẫu thời giờ còn lại cho mình eo hẹp, tôi vẫn mơ, vẫn mộng đến cuốn sách cho mình. Chờ đợi mỏi mòn, tôi dè dặt đề nghị, nhờ Huy làm thiết kế mẫu (*master layout*), để tôi theo đó, tự xoay sở. Huy đang xài Programm InDesign. Tôi không hề có khái niệm gì về chương trình này. Tôi biết sử dụng Microsoft Word. Nhưng ứng dụng trong MS Word rất hạn hẹp. Sau khi cắt nghĩa ngang dọc cho tôi, Huy ngó bộ hết đường từ chối, bèn phải thở ra, "Thôi, để em làm giúp chị. Xem như hóa giải lời hứa năm xưa."

Huy nhận trình bày sách cho tôi quả là mối duyên lành. Hơn 30 năm trước, mấy chị em tôi và Huy học chung trường trung học làng Wolfhagen, ở ký túc xá *Internat*. Dù đang "mài đũng quần" trường trung học, tôi "vâng lệnh song thân" theo người yêu lên xe hoa. Ngày ấy, việc in ấn thiệp cưới tiếng Việt ở Đức rất khó khăn và rất đắt. Nghe Huy vẽ vời đẹp, tôi ngần ngừ đến gõ cửa phòng Huy, rụt rè nhờ Huy vẽ hình thiệp cưới. Huy vui vẻ bảo, sẵn sàng giúp, nhưng không biết kết quả thế nào. Sau đó, tôi nhận được hình vẽ bằng bút chì, cô dâu chú rể mặc áo dài khăn đóng rất dễ thương, dựa theo mẫu tấm thiệp cưới cũ của ai đó. Hình như đấy là tác phẩm nghệ thuật đầu tiên của Huy ở nước Đức. Về sau, Huy vẽ mẫu thiệp cho chị và em trai của tôi. Những mẫu thiệp độc đáo, đặc sắc. Mẫu thiệp của chị tôi khi gởi in ở Việt Nam, đã bị vài nhà in "mượn" đỡ làm mẫu thiệp cao cấp.

Huy vạch chương trình. "Thế này nhé, chị soạn truyện theo thứ tự chị muốn trình bày. Lưu lại trong các *word files*." Tôi bắt đầu học i-tờ *Typographie* để có chút khái niệm về những kỹ thuật trình bày. Huy cắt nghĩa, vừa tiếng Đức, vừa tiếng Việt. Tôi nghe, lùng bùng cả tai: bố cục chủ, tỷ lệ, kích thước, vị trí... Tôi đọc, xây xẩm cả mắt: *Satzspiegel* thế này, *gesamtes Schriftbild* thế nọ. Phải cẩn thận để không bị các lỗi căn bản *Hurenkind, Waisenkind*... Vì đọc hàng cuối mà phải lật trang thì sẽ bị hẫng, tức là bị *Waisenkind*...

Mỗi việc kích thước chữ, Huy đã tốn bao nhiêu giấy mực, phân tích nọ kia. "Chị xem này, sách truyện châu Âu có kích thước chữ 9 Pt. Kiểu châu Âu, tầm mắt người đọc bao quát được cả đoạn, bớt phải xoay, gật đầu đọc xuống hàng, lật trang... Tránh nhiều động tác gián đoạn việc đọc..." Bản thảo đầu tiên Huy đề nghị khổ chữ 10,5 Pt. Cho những đôi cửa sổ linh hồn đã nhìn nhiều mùa thu đi, lúc đọc sách sẽ phải nheo mắt, nhíu mày. Huy nâng lên kích thước 11 Pt, tương tự kích thước chữ sách Việt Nam. Chữ lớn đọc thoải mái hơn, thích hợp cho lứa tuổi đa số bạn đọc của Hoàng Quân. Suy bụng ta, ra bụng người. Tôi muốn chữ in to, cỡ cái trứng gà tây. Để lỡ khi quên kính lão, vẫn nheo nheo mắt đọc được. Ngoài những khổ cổ điển như những sách thường thấy, Huy giới thiệu khổ sách 15cm x 17cm, trông gần như vuông vức. Tôi thấy ngồ ngộ hay hay, quyết định chọn hình thức tập sách lạ lạ này. Ồ, với khổ chữ to tướng như vậy, sách lên 400, 500 trang. E rằng cuốn sách trông giống cục súc sắc bự, chứ không gọi là sách được. Huy chặc lưỡi:

- Ôi giời! Chị tính làm sách học vần à.

Thiết kế truyện chủ ý tạo các *Satzspiegel* (khoảng diện tích giữa trang, sau khi đã chừa khoảng cách đến 4 cạnh) bằng nhau. Được như vậy, mỗi trang mang một *gesamtes Schriftbild* yên tĩnh như nhau. Giúp mắt người đọc ít bị chi phối. Đồng thời cũng tiết kiệm giấy, sách sẽ không quá dày. Ngoài ra, khi so sánh giấy Việt Nam cùng định lượng với giấy bên Đức, Âu Châu, thì chất giấy kém hơn. Chữ in mặt sau hay thấm giấy và xuất hiện lờ mờ qua mặt trước. Nếu nhà in dùng mực chi li, chữ in không kín mực, sẽ nhợt nhạt, không sắc nét.

Huy bảo tôi dùng nhiều loại viết, lựa vài đoạn trong truyện chép tay ra giấy. Tôi thử các bút viết tôi đang có ở nhà: bút bi, bút lông, bút máy. Huy giới thiệu vài loại bút chì đặc biệt. Chiều tối đi làm về, tôi lúi húi soạn giấy soạn bút, bày bàn trong, bàn ngoài. Lựa nhiều màu mực. Đang mùa đông, trời mau tối, phòng khách nhà tôi y như kinh đô ánh sáng. Đèn trần, đèn tường, đèn bàn... tôi trưng dụng hết.

Huy "đạo diễn" tôi dùng bút ngòi dày viết chữ Hoàng Quân để làm *logo*. Tôi như cụ đồ già, bày bút giấy chỉ viết mỗi hai chữ Hoàng Quân, nhiều cỡ, nhiều kiểu. Trải giấy hàng ngang, hàng dọc trên sàn nhà, loay hoay lấy máy chụp hình. Huy chọn được một mẫu, rồi chăm chút tô điểm thêm. Huy gởi cho xem *logo,* mắt tôi xuýt xoa: Đẹp ơi là đẹp.

Chị Kiều Minh Phụng, người bạn thời trung học của chị Thanh Tâm, chị tôi, có nhà sách Văn Lang và nhà xuất bản. Chị Thanh Tâm "mở lời" nhờ người bạn xưa. Tôi chỉ cần gởi bản thảo hoàn chỉnh dạng *PDF* trong *email*. Chị Kiều Minh Phụng sẽ lo mọi thủ tục xuất bản với ấn phí trong tầm tay của tôi. Coi như chúng tôi gõ đúng cửa. Sau nhiều lần thư qua, tin lại, cuốn sách trong mộng của tôi càng lúc càng rõ nét, chứ không chỉ là giấc mơ suông. Đang lúc chuyện in sách trở nên nóng hổi, một "thách thức" khá nặng ký lù lù xuất hiện trong cuộc sống văn phòng của tôi. Thật là tình cờ lắt léo. Tôi đà an phận cày bừa ở München. Bỗng nhiên, một hãng "khổng lồ" ở Berlin bắn tiếng rủ rê. Như thế, tôi lại một phen tha phương cầu thực, gồng gánh đến tận thủ đô của nước Đức. Vậy mà, trong suốt thời gian "dầu sôi lửa bỏng" này, tôi không lơ là *Bông Hoa Trên Phím.* Giữa những thùng đồ đạc dọn nhà, tôi tìm ngay một chỗ đặt bàn viết, để đêm khuya có thể tiếp tục vun trồng *Bông Hoa.*

Ngắm nghía bản thảo hoàn chỉnh, thấy đứa con tinh thần của mình mỹ miều vô kể. Bên cạnh những bận bịu, lo toan của cuộc sống, tôi vẫn cảm được những phút giây vui sướng tràn ngập trong hồn. Giữa khuya, bật máy, mở bản thảo ra xem. Săm soi bìa truyện, các hình vẽ trong sách, đọc đi đọc lại những truyện mình viết, vẫn thấy đôi chút mới lạ. Lắm lúc, tôi chột dạ. Biết đâu, như người xưa nói: *Trong nhà nhất mẹ nhì con, ra đường lắm kẻ còn dòn hơn ta.* Rồi tôi dặn lòng: Có thể thiên hạ thấy *Bông Hoa Trên Phím* giống như con vịt xấu xí! Miễn trong mắt tôi, *Bông Hoa Trên Phím* yêu kiều như con thiên nga, là được. Tôi chộn rộn, nửa muốn "bật mí" cho mấy chị em gái trong nhà, cho vài nhỏ bạn thân ngắm nghía *Bông Hoa.* Nửa muốn giữ bí mật, để dành sự ngạc nhiên cho mọi người.

Tôi nhủ thầm, thay vì mình mang một số tiền đến tặng trực tiếp cho hội đoàn từ thiện, mình tặng gói chữ nghĩa, cũng coi như là việc đẹp, người tốt.

Xong phần tặng sách cho các nhóm sinh hoạt thiện nguyện, tôi lên kế hoạch để sách đến tận tay thân hữu. Cho bạn bè ở Việt Nam, tôi ghi lời viết tặng vào những tờ giấy nho nhỏ, gởi theo bưu điện về hai cô bạn ở Việt Nam. Nhờ bạn dán mảnh giấy tặng vào sách. Tôi viết *email*, gọi điện thoại thông báo bạn bè, ghi địa chỉ của hai cô bạn. Bạn bè ơi ới hẹn hò nhau đến nhận sách, sẵn dịp ăn uống, tán gẫu rần rần. Tôi gởi sách tặng bạn bè xưa thời trung học. Tôi thấy cô bạn này nhắn cô bạn kia trên *Facebook:*

- NT có tặng cho tụi mình tập thơ. Ghé qua tao lấy nhé.

Ít lâu sau, hai cô bạn cùng chuyển lời cám ơn, đã nhận được tập thơ (!) tôi gởi tặng. Ô, vậy là, cả hai cô bạn chưa hề mở cuốn sách, để thấy trong sách không phải văn vần, mà là văn xuôi với truyện ngắn kể chuyện của lớp học, hai cô đã có thời ngồi chung. Biết đâu, mai kia tình cờ hai cô nói chuyện ngày xưa, nhắc đến tôi, hai cô cùng xúm lại khen, trời, nhỏ NT có tập thơ hay dễ sợ (!).

Sách gởi tặng cho bạn ở Hoa Kỳ và Gia Nã Đại, tôi phải tính toán lòng vòng. Bạn bè ở Việt Nam khi qua dự họp bạn liên trường ở Seattle sẽ khuân sách cho tôi. Từ Seattle, tôi sẽ gởi cho cô em họ ở California thùng sách nho nhỏ, kèm danh sách địa chỉ của thân hữu. Cô em nhận lời làm trạm bưu điện chuyển tiếp, gò lưng đóng gói gởi sách đi. Quả là một đầu tư với cả tâm tình. Chẳng may, các bạn ở Việt Nam bị Mỹ "xù" không cấp *visa*, không sang Seattle được. Tức là, thùng sách của tôi cũng bị vạ lây, nằm ì ở Sài Gòn. Cung thiên di của tập truyện sáng choang. Nhiều cuốn sách ngao du ba lục địa trước khi đến tay người nhận.

Từ Việt Nam, sách sẽ theo hành lý các cô tiếp viên hàng không của Vietnam Airlines bay đến nước Đức. Thứ bảy các cô lên máy bay. Sáng chủ nhật sẽ đáp xuống phi trường Frankfurt, Đức. Tôi nhấp nhổm gọi điện thoại cửa hàng thực phẩm, trung gian nhận sách cho tôi. Ba tôi cũng sốt ruột, hỏi bao giờ đi nhận sách. Mang sách về tôi rộn ràng, vui mừng quá thể. Tôi lấy cuốn đầu ghi tặng Ba. Chồng tôi vui vẻ:

- Để bữa nay thằng con rể đọc sách cho ông già vợ nghe.

Ba ngồi trên ghế xa-lông. Chồng tôi ngồi bên cạnh đọc Đường Vui Chung Bước.

Đọc vài đoạn, anh có lời bàn:

- Ồ, Ba ơi, đoạn này con gái Ba phàn nàn, khiếu nại là Ba không cho con gái may *mini jupe.*

...

Tôi mân mê cuốn sách nhỏ. Lật qua, lật lại, ngắm nghía. Bài viết trong *computer* trông dễ thương. Khi đăng lên các báo, bài trông càng khôi ngô bội phần. Giờ lên trang sách, ôi, đẹp tuyệt vời. Đứa cháu nhỏ thấy cô vui bên những cuốn sách, vui theo, háo hức đánh vần đôi ba chữ. Bỗng nhiên, hai cô cháu nghe tiếng ngáy khò khò. Cháu bé la lên:

- Ông Nội ngủ rồi. *Nein, nein,* không phải. Ông Nội còn thức.

Tôi ngó qua. Quả thiệt, không phải ông già vợ, mà cậu con rể đã lăn ra ngủ. Ông già vợ đỡ cuốn sách, lui cui đeo kính vào đọc.

Những lần hai cha con chuyện vãn với nhau trên điện thoại, Ba tôi kể:

- Ba mới đọc thêm truyện này, truyện kia... trong sách. Nhưng không đọc được nhiều, vì mau mỏi mắt và cứ bị chảy nước mắt sống.

Với số tuổi gần chín mươi, Ba chỉ đọc được đề tựa của truyện là con đã vui mừng rồi.

Những lời chúc mừng, thăm hỏi của gia đình bạn bè là khích lệ lớn cho tôi. Nhiều đàn anh, đàn chị văn nghệ như chị Bích Huyền, Trần Mộng Tú, Hoàng Nga, các anh Phạm Xuân Đài, Song Thao, Lê Hữu, Ngô Nguyên Dũng, TháiNC, Yên Sơn, Lê Hân, Nguyễn Nam An... đã có những lời chúc đẹp cho một người vừa sinh sau, vừa đến muộn.

Nhà giáo Đỗ Quang-Vinh, tác giả cuốn *Tiếng Việt Tuyệt Vời* ghi tặng:

"Bông Hoa Trên Phím" tới rồi.
Cảm ơn lời chúc tuyệt vời thân thương.
Như loài hoa dại ngát hương
"Bông Hoa Trên Phím" chi nhường cho ai?
Xem hoa, ngắm nghía, xem hoài,
Cảm đề xin có đôi lời tán-dương.

Anh Từ Nguyên kỹ càng lưu ý những lỗi khi viết trích dẫn ngoại ngữ và hướng dẫn cách viết, quy tắc khi viết nhân danh, địa danh...

Bạn văn Dương Kim ở Na Uy cho biết, bố của Dương Kim, văn sĩ Dương Kiền, đã đọc xong cuốn sách, dự định sẽ viết một bài giới thiệu về cuốn *Bông Hoa Trên Phím* trên tờ *Viết & Đọc* ở Na Uy. Tiếc thay, bác Dương Kiền chưa kịp viết thì ngã bịnh, qua đời.

Tôi nhận đôi dòng của người bạn nhỏ, "Tập sách BHTP của chị đã thành người bạn đồng hành của em thời gian em chữa bệnh theo hóa trị. Lời văn của chị đưa em tới một nơi chốn thân thương, nhẹ nhàng hơn chỗ hiện tại..." Tôi cảm động, thật vui, đã đem lại cho em đôi phút an lành trong lúc em lâm trọng bệnh.

Trang *Vuông Chiếu* của thi sĩ Luân Hoán đăng bài thơ tặng tập truyện *Bông Hoa Trên Phím*. Thời gian tôi ở Berlin, cách xa Ba tôi hơn 500 cây số, tối nào hai cha con cũng nói chuyện qua điện thoại, chủ yếu là kể chuyện ngày xưa. Tôi hỏi Ba:

- Bữa ni đổi đề tài, con đọc Ba nghe bài thơ của thi sĩ Luân Hoán, Ba hỉ.

Ba trả lời:

- Ừ. Đọc đi, Ba chờ nghe đây.

Tôi cúi sát điện thoại, đọc chậm rãi:

Hoàng Quân bút hiệu đài trang
Hoàng Thị Ngọc Thúy dung nhan vốn là
kết tinh từ những loại hoa
đất tình Quảng Ngãi đậm đà mía lau

tốt nghiệp đại học khá lâu
từ bên Đức quốc nuôi sâu sắc tình
mười hai đóa chữ xinh xinh
mười hai mẩu chuyện nhân sinh nhẹ nhàng

"Khi Mười Bảy Tuổi" bước sang
"Đường Vui Chung Bước" gian nan nhẹ dần
sở hữu "Trái Tim Nhiều Ngăn"
yêu ghét thương giận câu văn trải dài

Đọc xong, tôi hỏi đùa:

- Ba có quen với nhà văn Hoàng Quân không?

Ba trả lời gọn lỏn:

- Không.

Tôi khựng lại, giật mình. Trời ơi, mới vài tháng trước, khi chờ người ta giao sách, Ba nôn nóng tính từng ngày. Ba xem lịch, hỏi tới, hỏi lui, bao giờ sách đến. Ba lóng ngóng, cùng con gái hồi hộp mong được diện kiến đứa cháu ngoại tinh thần. Khi nhận sách, Ba đem ra đọc truyện này, truyện kia. Tôi vội vàng nhắc Ba:

- Ba ơi, hồi đó tác giả Hoàng Quân tặng Ba cuốn sách đầu tiên đó.

Im lặng. Tôi biết, dạo này sức khỏe Ba thay đổi từng ngày. Tay chân Ba yếu nhiều. Nhưng Ba vẫn còn sáng suốt và minh mẫn. Tôi hơi hoảng, nói tiếp:

- Thỉnh thoảng con đọc truyện Hoàng Quân cho Ba nghe đó.

Vẫn im lặng. Cảm giác hụt hẫng, bối rối, tôi cố gắng nhắc thêm vài sự kiện để nhắc Ba nhớ đến Hoàng Quân. Vừa lúc đó, có tiếng Ngọc Hiền, em tôi cười giòn giã:

- Đáng lẽ em phải ráng chờ để Ba diễn tiếp. Chị phải thấy Ba đang cười, chọc ghẹo chị đây. Dễ thương lắm. Ba vừa cười, vừa le lưỡi, chọc quê nhà văn Hoàng Quân đây. Lâu lắm rồi, giờ mới thấy Ba cười tươi trọn vẹn như vậy.

Hai chị em tôi rưng rưng cảm động. Cám ơn thi sĩ Luân Hoán đã viết đôi dòng thơ tặng cho tập truyện đầu tay của tôi. Hơn hết, nhờ bài thơ của thi sĩ Luân Hoán, chị em chúng tôi được thấy, được nghe, được cảm tiếng cười vui của Ba. Nụ cười hiếm hoi của Ba chúng tôi trong những ngày tháng cuối đời.

Bên cạnh những món quà tinh thần quý giá, tôi nhận được một món quà "vật chất" tuyệt vời. Sau khi đọc xong tập truyện, thầy giáo dạy đàn Bùi Thế Dũng quyết định tặng tôi cây đàn *guitar*, một cây đàn trong bộ đàn của thầy và nhận tôi làm học trò của thầy, giúp tôi tròn ước mơ trở về cung đàn.

Cám ơn gia đình, họ hàng, bạn bè gần xa, người quen cũ mới đã cùng *Bông Hoa Trên Phím* cho tôi những giây

phút hạnh phúc chan hòa, mang đến cho tôi thêm đóa hoa
đời xinh xinh* đáng yêu vô cùng.

Tháng Chín 2017

* Lời trong nhạc phẩm *Cây Đàn Bỏ Quên* của nhạc sĩ Phạm Duy

ĐẾM SAO

Ngày mái tóc không còn xanh được nữa
Ngày đôi tay thôi dệt mộng phù hoa
Thì em sẽ vì anh mà mở cửa
Trông lên trời, đếm những điểm sao xa
(Tạ Ký)

Chị bạn viết mấy dòng cho nàng. Chị nhắc đôi chuyện xưa, tích cũ của non nước xứ Quảng. Nè, em nhớ chỗ nhà chị không? Dãy nhà công chức ở đường Phan Bội Châu đi lên gần ngã Năm đó. Anh hàng xóm của chị thuở ấy nhiều bạn lắm. Mà chắc là nghệ sĩ không hà. Những khi các anh nhóm họp, khu nhà rộn ràng với tiếng đàn, tiếng hát. Có một anh trong nhóm không ca hát. Có lẽ anh chàng bận *mơ theo trăng và vơ vẩn cùng mây*. Nghe đâu, mới vào trung học, anh chàng đã làm những bài thơ hay sướt mướt. Nghe đâu, có anh bạn cùng lớp dự định sẽ phổ nhạc những bài thơ mượt mà. Tiếc quá, biến cố 1975 đến, mỗi người, mỗi nơi, tan tác. Những tác phẩm thơ phổ nhạc bất hủ chưa kịp chào đời... Như sực nhớ chủ đích của mình khi liên lạc với nàng, chị reo lên, à, em ơi. Anh chàng thơ hồi xưa về sau là nhà thơ thứ thiệt đó em, viết hằng hà sa số thơ học trò. Mới đây, anh chàng viết tạp bút chuyền tay bạn bè, lan man về những ngày ngủ lang của anh chàng. Trong đó, anh chàng nhắc đến em nè. Nàng vốn mê cổ tích. Hễ nghe đến chữ ngày xưa, nàng sà xuống, sa đà hóng chuyện, góp chuyện. Nàng kéo vội con chuột, lướt lướt qua chuỗi *emails* dài ngoẵng. Đây rồi *email* với tựa đề *Tôi đi ngủ lang* của Trần Quang Đoàn.

* * *

"...

Cái quán cà phê vườn có dòng chữ phụ ghi dưới tấm bảng hiệu ‚Café Uyên: Ở một nơi ai cũng quen nhau' là nơi tụi tôi thường đến trong năm lớp 11. Quán có "con nhỏ" tên Th. mắt to như mắt bò, học trò trường Nữ Trung Học, là em của mấy người chị nổi tiếng xinh đẹp. Không biết thằng bạn thân của tôi có ‚ngắm nghé' con nhỏ chưa mà thường rủ tôi đến quán này. Tụi tôi nhâm nhi cà phê và trầm ngâm, cái trầm ngâm điệu bộ của tuổi bắt đầu lớn. Tôi cũng để ý đến con nhỏ hay hay đó. Nhưng sợ thằng bạn tôi ‚quan tâm' con nhỏ trước rồi. Tôi thầm nghĩ, không nên mích lòng bạn. Nó bực mình, không thèm mời uống cà phê nữa thì buồn. Tôi bèn ngồi im, quan sát thằng bạn, thấy lúc nào thuận tiện, tôi len lén nhìn con nhỏ. Thằng bạn tôi, làm ra vẻ chịu chơi, mà nhát hít. Nó cũng ngồi im như tượng tới khuya. Chẳng nghe nó nói chữ nào. Cho nên đâu có ‚xi nhê' gì đối với con nhỏ. Báo hại, vì chiều lòng thằng bạn chịu chơi, nhiều hôm khuya lắc, khuya lơ, quán đóng cửa, hai đứa đành lủi thủi ra về. Cà phê làm hai đứa khó ngủ. Nằm thao thức bên nhau cả đêm. Mạnh đứa nào tơ tưởng riêng đứa đó về ‚con nhỏ' mắt to kia.

..."

* * *

Lòng nàng bỗng dạt dào những âm vang ngày cũ. Có phải "thằng bạn" đó là "cố nhân" của nàng không nhỉ. Ngày ấy, có nhóm mầm mon thi nhạc khoảng 5, 6 thanh niên, thường đến ngồi gần quầy, hát hò, tán chuyện. Anh này ngâm nga vu vơ vài câu thơ:

> *Ôi nhỏ có buồn như ta không*
> *nhớ nhung về với nắng sân trường*

Anh nọ đọc vanh vách vài đoạn trong truyện *Hoàng Tử Bé* của Antoine de Saint-Exupéry. Anh kia đàn *guitar*, hát bâng quơ:

> *Ờ uề! Ờ uề, ớ uế ơ uê, ờ uề!*
> *Chẳng cần em yêu muốn nghe*
> *Anh ca hát câu tình si...*

Nàng vờ như không chú ý. Nhưng thật ra, những tiếng trầm, tiếng bổng của nhóm thi nhạc là niềm vui nho nhỏ trong những ngày tháng tăm tối sau biến cố đổi đời 1975. Có một người Việt thầm lặng trong nhóm những người Việt... ít thầm lặng. Hình như chưa bao giờ nàng nghe người-thầm-lặng nói gì. Nàng chỉ thấy, ngày nào, người thầm lặng cũng cùng chúng bạn đến quán cà phê của nhà nàng. Chăm chỉ, đều đặn. Trường lớp có lẽ mong ước học trò chuyên cần đến như vậy thôi. Do thầm lặng, người này trong mắt nàng là hiện tượng lạ, giữa những lao xao, ồn ào chung quanh. Khi nhóm thi nhạc đến quán, người thầm lặng tưởng như chìm nghỉm bởi anh ăn mặc giản dị, áo sơ- mi trắng với quần mầu sẫm như đồng phục nhà trường giữa những áo nhiều màu, thậm chí có hình cả chim cò. Vậy mà, nàng vẫn "thấy" anh trước. Không hiểu lẽ gì, nàng dành nhiều mỹ cảm cho người-thầm-lặng.

Một hôm, một người trong nhóm đến quầy, đưa cho nàng một tập giấy dày, nói, đây là thư của H. gởi, và quơ tay về phía bàn của nhóm thi nhạc. Nàng ngạc nhiên, nhìn về hướng tay chỉ, bắt gặp ánh mắt của người-thầm-lặng. Nàng luống cuống tránh ánh mắt, quýnh quáng nhét tập giấy vào ngăn kéo của quầy. Tim nàng đập thình thịch. Đến khi nàng sực nhớ, muốn tỏ lời cám ơn người đưa thư cho phải phép, thì anh ta đã về lại bàn. Từ lúc đó đến khuya, lòng nàng nao nao. Nàng nhờ đứa em bưng bê cà phê và tính tiền cho bàn có tác giả của tập giấy. Thường lệ, khuya đóng cửa quán, dọn dẹp xong, nàng đem bài vở ra học. Những môn toán, lý, hóa... cần giấy bút, nàng phải ngồi vào bàn. Những môn khác: văn, sử, địa... nàng mang vở vào mùng nằm đọc. Nàng kỹ càng ép tập thư vào cuốn tập Anh văn. Lá thư viết tay dài mấy chục trang giấy, dày gần bằng cuốn tập của nàng. Đêm đó, thấy đèn sáng thật khuya, Mạ nàng cũng như bầy em, ái ngại, có lẽ nàng đang học rút cho bài kiểm tra sắp đến. Nàng háo hức mở những tờ thư.

"Cô nhỏ...". Nhiều bạn bè của anh, chị nàng vẫn gọi nàng là cô nhỏ, cô bé, nàng nghe lơ là. Vậy mà, bây giờ đọc chữ cô nhỏ trong thư, nàng bỗng nghe êm tai lạ kỳ.

Tuổi mười lăm có gì khoe?
Buông dài mái tóc em che má hồng
Trời xanh cho mắt em trong
Mây xe lụa trắng hơn không, áo này?

Ủa, sao anh biết nàng mười lăm tuổi. Mà lạ thiệt! Viết thư chưa thăm nom gì đã đặt ngay câu hỏi. Kỳ cục hơn nữa! Hỏi xong, rồi trả lời cho người ta luôn. Nàng bị cuốn hút theo những dòng chữ của anh. Chữ viết của anh thật ngộ.

Anh viết hoa chữ A (như một dấu mũ, không có gạch ngang ở giữa), cho dù khi chữ a chỉ nằm giữa. Cứ vậy, nàng mải mê cùng anh vào trường, ra phố. Anh kể về ngôi trường tiểu học hiền hòa. Anh kể những nghịch ngợm phá phách của học trò trung học. Anh tả sông Vệ, Thu Xà, Ba Gia... Anh nhắc những cô giáo thân thiết với học trò. Anh nhắc những thầy giáo gần gũi với lớp học. Này, cô nhỏ biết không?

Môn sử địa thầy kêu ta ngồi chép
Suốt hai giờ, nhìn vở: kín tên em
Những sách học xé biên thư tình hết
Thế mà sao ta cũng vẫn thấy thèm

Nàng khấp khởi mừng, tưởng tượng, suốt hai giờ, nét chữ lả lướt của anh viết tên mình, chắc cũng đầy tập vở 80 trang. Phải chi không có đứa em bên cạnh, nàng sẽ lẩm nhẩm mấy câu thơ vài lần và sẽ thuộc lòng. Ồ, ta ghẹo cô nhỏ thôi. Ta thường cúp cua giờ sử địa cô nhỏ ạ. Coi kìa, vậy có ác không! Chưa chi đã làm nàng mừng hụt. Nàng thoáng chút thất vọng. Nhưng mắt nàng như dính cứng vào những tờ thư. Mê mẩn tựa như đọc truyện kiếm hiệp. Đọc xong trang này, tay vội vàng lật qua trang tiếp. Hễ bắt đầu đọc trang một là phải qua trang hai, đọc tiếp tiếp luôn cho đến trang cuối. Nàng không còn thì giờ, tâm trí để ôn lại bài Anh văn cho giờ học ngày mai. Cô nhỏ, ta rất thích bài thơ *Cô Bắc Kỳ Nho Nhỏ*. Không phải bài hát về cô bắc kỳ với mái tóc *demi garçon* đâu cô nhỏ ạ. Bài hát về cô bắc kỳ tóc ngắn là bài thơ *Đám Đông*. Ông nhạc sĩ làm cô nhỏ rối trí rồi nhỉ. Nhưng cô nhỏ chẳng cần bận tâm vì tựa bài thơ, bài nhạc. Cả hai bài thơ phổ nhạc đều đáng yêu kinh khủng. Ví dụ ta biết đàn, biết hát, ta sẽ mời cô nhỏ nghe nè. *Anh vái trời cho cô thích mộng/ Để anh ngồi kể chuyện anh mơ...* Hình như anh mơ giấc mộng viễn du, anh mơ thoát khỏi cuộc sống ngột ngạt nơi tỉnh lỵ bé tí này. Cứ vài ba dòng, anh lại có câu bắt đầu với cô nhỏ. Có lẽ anh băn khoăn, thư dài quá, nàng đọc một hồi mất tập trung chăng, nên anh nhắc, để nàng biết, anh viết cho nàng. Cô nhỏ ơi, chúng ta làm chương trình đố vui có thưởng nhé. Trả lời thư cho ta, cô nhỏ nói ta nghe, hai câu thơ này trích từ bài thơ nào, của ai.

Ngày mái tóc không còn xanh được nữa
Ngày đôi tay thôi dệt mộng phù hoa

Nàng bỗng thấy bắt đầu thấy nhột nhạt. Nàng chép đầy mấy cuốn tập bao nhiêu là thơ. Mà sao nàng chưa nghe đến hai câu thơ này. Ờ, nàng nghĩ, mình đâu định trả lời thư hồi nào đâu mà lo tìm xuất xứ bài thơ. Kết thúc lá thư, anh chẳng chúc nàng xinh đẹp tươi tắn. Anh cũng chẳng nói câu đưa đẩy đại khái mong thư nàng. Anh chỉ dọa là sẽ viết thêm nữa, cho đến khi độc giả yêu tác giả lá thư mới thôi. Càng đọc lá thư dài lượt thượt của anh, nàng càng thấy lời đe dọa thật dễ thương. Nàng như rất mong anh sẽ thực hiện lời đe dọa. Anh ký tên Dương Phi Hoành, và mở ngoặc Dê Bay Ngang. Đọc xong "cuốn" thư tràng giang đại hải, đã quá nửa đêm. Nàng tắt đèn. Nàng để cuốn tập có lá thư dưới gối. Hồi còn bé, nàng tin vào chiếc lá thuộc bài, tin vào cháo thánh và cũng tin rằng, cất bài vở dưới gối đầu óc minh mẫn, học đâu nhớ đó. Đêm nào cũng vậy, khuya lắc khuya lơ, đóng cửa quán, mấy Mạ con lục đục rửa ly tách cà phê, dọn dẹp bàn ghế. Xong, nàng len lén đem thư, ép vào vở học, đọc đi, đọc lại. Thời học trò, nàng ngất ngơ. Đôi khi nhận thư tình, nàng đem "trình báo" mấy nhỏ bạn khác để đọc chung, rồi bàn ra, tán vào. (Bây giờ nghĩ lại, nàng thấy mình làm như vậy thiệt là quấy). Riêng lá thư của anh DPH, nàng giữ riêng, giấu tiệt, không "bật mí" cho ai. Có lẽ, nàng bâng khuâng ghê lắm. Không lâu sau, người thầm lặng hết xuất hiện. Nhóm thi nhạc từ từ vắng dần. Nàng lóng ngóng có ý chờ thư tiếp. Nàng mong mong, có ai ghé qua mang cho nàng lá thư khác. Nhưng nàng chỉ chờ vô vọng. Khi nhà ở Quảng Ngãi bị tịch thu, trong mớ hành trang vội vàng thu vén giữa cơn hoảng loạn cũng có lá thư của anh. Thời gian nàng học ở Đại Học Sư Phạm, lá thư vẫn còn nấp đâu đó giữa những cuốn sách giáo khoa và vẫn là bí mật giữa nàng và anh. Thêm nhiều lần dọn nhà, nàng đã mất đi rất nhiều sách vở, thư từ kỷ niệm. Dẫu những tờ giấy thư không còn đó nữa, nhưng "cuốn" thư vẫn có chỗ đứng trong thư viện "ảo" của trí nhớ nàng.

* * *

Thỉnh thoảng chàng liên lạc với cô láng giềng của người bạn thân ngày xưa. Cô bạn có trí nhớ tuyệt vời và hình như quen tất cả nam phụ lão ấu của thị xã. Nhắc ngày xưa, chàng vui vui gõ phím kể những ngày đi ngủ lang nhà bạn bè. Mấy ngày sau, cô bạn ríu rít tường thuật. Tui xin lỗi ông nghen. Đáng lẽ tui phải xin phép ông trước. Mà tui không chờ được. Đọc bài viết của ông, nghe ông nhắc đến con nhỏ Th., tui bèn lanh miệng, mách lẻo, chuyển bài viết đến cho nó rồi. Chàng giật mình, trời trời, sao mà trái đất tròn quay vầy trời. Không biết con nhỏ nghe mình diễn tả mắt nó to như mắt bò, nó có quạu không nhỉ. Cô bạn trấn an, ông yên tâm, nó không nhớ rõ ông là ai. Nó vui mừng gặp lại đồng hương, nhất là ông và nó cùng là Huế Quảng sương sương. Nó hổng xét nét vụ mắt bò đâu ông à. Nó có vài thắc mắc về những bạn bè thời đó. Cô bạn đứng giữa, nhanh nhẩu chuyển tiếp mấy dòng của con nhỏ cho chàng. Con nhỏ dường như vẫn là con nhỏ khi nhắc ngày xưa. Thăm hỏi đôi câu xong, con nhỏ hỏi về người nó đặt tên là người-thầm- lặng. Hơn ba chục năm rồi mà con nhỏ còn nhớ nhiều chi tiết đến người bạn của chàng. H. đúng là người thầm lặng. Tuy hắn kiệm lời, bạn bè luôn muốn có mặt hắn trong mọi cuộc họp mặt. Bạn bè rất quý mến hắn. Khi hắn nhờ chàng viết cho hắn lá thư để hắn tỏ tình với con nhỏ, chàng đồng ý ngay. Chàng không kể cho hắn nghe rằng, con nhỏ cũng trong "tầm nhắm" của chàng. Chàng phơi phới, thức thâu đêm, suốt sáng viết thư. Chàng viết liền một mạch mấy chục trang. Đâu khó khăn gì, chàng chỉ cần tỏ rõ lòng chàng. Cuối thư, chàng muốn ký tên chàng, nhưng đành phải ghi tên của hắn kèm theo biệt hiệu Dê Bay Ngang, diễn nôm cái tên đẹp đẽ cha mẹ hắn đã đặt. Viết thư xong, chàng có việc phải rời thị xã. Nhận tập thư, hắn hớn hở ra mặt, hắn nói gọn lời cám ơn. Nhìn vào mắt hắn, chàng biết hắn thật sự "tri ân sâu sắc". Chàng không biết có đứa bạn nào đạo diễn tiếp cho hắn, hay giúp hắn đưa thư cho con nhỏ. Hắn coi bộ rất nhát gái. Chàng định bụng, có dịp, hỏi hắn về kết quả và số phận lá thư. Nhưng chàng và hắn thất lạc nhau tự đó đến giờ. Hắn hẳn rất hạnh phúc khi biết con nhỏ mấy chục năm sau còn hỏi thăm hắn. Phần chàng, "thư đã trao, không lấy lại bao giờ". Hồi đó cả nước nghèo xác xơ. Máy *photocopy* chỉ dành cho những hồ sơ, giấy tờ quan trọng. Máy điện toán thì gần hai chục năm sau mới xuất hiện ở Việt Nam. Cho nên, "quyển" thư 48 trang giấy, xứng đáng ghi tên vào kỷ lục "Ghi- nét" ấy là độc bản, là độc nhất vô nhị, là vô tiền khoáng hậu. Không phải như thời nay, cứ việc "thay tên đổi họ" người nhận, cứ *copy & paste* để làm "tâm tình hiến dâng" khắp bốn phương trời. Mà hồi ấy, nếu có điều kiện, chàng vẫn nhất định chỉ viết một bản. Vì cảm hứng chỉ có một lần, và một lần cho tất cả. "Trong đời, người ta chỉ thật sự yêu có một lần. Những lần trước đó là tập yêu. Những lần sau đó là thói quen yêu". Thuở loai choai tuổi *teen*, ai đó trong đám bạn của chàng đã nói vậy rồi mờ.

* * *

Thời đại tân kỳ ngày nay, người thầm lặng trong sinh hoạt chung là chuyện rất bình thường. Ngồi bên nhau, ai nấy cũng thầm lặng, vì mải mê quẹt, quẹt, lướt, lướt trong điện thoại riêng của mình. Có người đưa lên *Facebook* tấm hình hai cặp vợ chồng bên bàn ăn buổi tối. Bốn người đang chăm chú vào bốn cái điện thoại trong tay. Nhiều người xem hình, nhấn nhanh dấu *like* kèm theo lời bàn, đầm ấm quá, lãng mạn quá... Nàng lẩm cẩm tự hỏi, không lẽ người ta khen hai cây đèn cầy đầm ấm, khen bình hoa tươi lãng mạn... Cho nên, nếu nàng ao ước được gặp người thầm lặng, nàng chẳng cần Aladdin và cây đèn thần. Nàng chỉ cần đến quán cà phê nào đó, ngoài cửa có ghi *free WiFi*, nàng sẽ bắt gặp biết bao nhiêu người thầm lặng bên tách cà phê. Nhưng nếu nàng thưa với cô tiên rằng, con mơ nhận lá thư viết tay dài hơn 10 trang. Chắc chắn cô tiên sẽ nói, ta tiếc không làm vừa lòng con được, điều này vượt ngoài khả năng cây đũa thần của ta. Ta nghĩ, đây chỉ là một đề tài hấp dẫn cho những cuốn phim khoa học giả tưởng thôi con ạ.

Qua đôi lần thư từ với nhà thơ học trò, nàng được biết thêm vài điều lý thú về những ngày tháng cũ. Nhà thơ học trò có thời gian quen thân với nhà văn Hoàng Ngọc Tuấn, tác giả của truyện *Ở Một Nơi Ai Cũng Quen Nhau*. Nhà thơ nhắc đến quán Café Uyên-Ở Một Nơi Ai Cũng Quen Nhau ở Quảng Ngãi. Nhà văn vui lắm, mong có dịp về Quảng Ngãi, gặp chị của nàng, người dùng tựa truyện ghép vào tên của quán cà phê. Chỉ tiếc, bể dâu cuộc đời đã làm biết bao dự tính, ước mơ con người phá sản. Riêng nàng, nàng tìm ra một chân lý mới. Đằng sau một người Việt thầm lặng dễ mến là một người Việt ít thầm lặng viết thư lôi cuốn. Bây giờ, nàng có thể đáp trúng câu đố vui có thưởng trong lá thư cách đây mấy chục năm. Nàng phân vân, không biết mình nên trả lời người thầm lặng hay người ít thầm lặng.

Nàng bước ra vườn, ngắm ánh trăng chảy mềm mại trên thảm cỏ, trên những bụi cây mơn mởn lá mới đón xuân. Nàng ngước lên, trăng chan hòa, sao lấp lánh. Rằm tháng Ba, nơi đây, chốn trời Âu, đêm vẫn còn lạnh buốt.

Ngày mái tóc không còn xanh được nữa
Ngày đôi tay thôi dệt mộng phù hoa
Thì em sẽ vì anh mà mở cửa
Trông lên trời, đếm những điểm sao xa

Nàng đọc thầm mấy câu thơ, thấy lòng mình bỗng dưng ấm chi lạ.

Rằm tháng Ba Canh Tý, 2020.

Nhân vật và sự kiện có thể là tiểu thuyết. Nếu có sự trùng hợp, chỉ là tình cờ dễ thương. Nhân đây, người viết xin cám ơn bạn bè đã góp lời, góp ý, để người viết có thể thêu dệt những ngẫu nhiên đáng yêu này. Đặc biệt, xin cám ơn thi sĩ Đoàn Vị Thượng cho phép người kể chuyện trích dẫn thơ, bài tạp bút cũng như những chuyện kể trong *emails* trao đổi với nhau.

Các câu thơ, câu nhạc trích trong

Đếm sao của thi sĩ Tạ Ký

Cảm xúc của thi sĩ Xuân Diệu

Như xa miền yên vui của thi sĩ Du Tử Lê

Còn một chút hương bay của thi sĩ Đoàn Vị Thượng

Nhớ lạ của thi sĩ Lý Văn Hiền

Em Qua Vườn Anh, lời Việt của nhạc sĩ Phạm Duy, nhạc ngoại quốc *Je Te Verrai Passer, Je Te Reconnaitrais*

Anh Vái Trời của nhạc sĩ Phạm Duy Thơ Nguyễn Tất Nhiên

Giới thiệu những tập truyện

của Hoàng Quân

ĐỌC "ĐỨNG NGẨN TRÔNG VỜI" CỦA HOÀNG QUÂN

Lê Hữu

Nắng lừng lững đến,
đẹp như chàng thanh niên
vừa bước vào tuổi đàn ông
Những cành cây vươn dưới nắng trong
là bờ vai chàng mạnh mẽ
Dưới chiếc quần ngắn,
đôi chân chàng như hai cây thông thẳng tắp
Người đàn bà nheo mắt nhìn ra

từ khung cửa bếp,
thấy lòng đầy ắp nắng [1]

Tôi nhớ đến những câu thơ trên của Trần Mộng Tú khi đọc truyện *Đứng Ngẩn Trông Vời* của Hoàng Quân trong tập truyện cùng tên của tác giả. [2]

Điều thú vị, ở đây không phải "Đứng ngẩn trông vời áo tiểu thư" như là câu thơ của Huy Cận. Không phải "áo tiểu thư" mà là… áo công tử; nói đúng hơn, là "áo quý tử". Không phải chàng trai mà là bà mẹ đứng ngẩn người ra ngắm nhìn cậu con trai mình ngày nào còn bé tí tẹo nay đã vươn vai hóa thành "chàng thanh niên vừa bước vào tuổi đàn ông".

Theo tôi biết, không chỉ bà mẹ Trần Mộng Tú, bà mẹ Hoàng Quân, mà có rất nhiều bà mẹ trên đời này từng "đứng ngẩn trông vời" đứa con yêu của mình, một sớm một chiều "bỗng nhiên mà họ lớn", bay vù ra khỏi vòng tay ôm của mẹ với những cảm xúc là lạ, khó tả.

Thử nghe bà mẹ Hoàng Quân kể về cảm xúc và tâm trạng của mình:

Tôi tập dần quen với suy nghĩ bước vào tuổi chớm già của mình. Nhưng vẫn chưa muốn nhận thấy con mình không còn là đứa trẻ nhỏ, chạy lúc thúc theo mình, vòi vĩnh, đòi bồng ẫm. Vài năm trước, khi Bê bể giọng, ồ ề, tôi cứ tự nhủ, kiểu tự kỷ ám thị, thằng nhóc chắc mặc áo quần không đủ ấm nên bị cảm lạnh. Tôi như cố tránh ý nghĩ, con đang mình bước vào tuổi dậy thì. Tôi nhớ, mới năm nào đây, Bê vào lớp một trường tiểu học. Bê thành "người lớn" một sớm một chiều. (Đứng Ngẩn Trông Vời)

Rồi sao nữa?... Cần gấp rút chuẩn bị để kịp thời đương đầu với tình thế mới:

Tôi bắt đầu nghe ngóng các trao đổi của những bậc phụ huynh có con trai lớn. Tôi nghe kể, con trai lớn của bà chị họ đưa bạn gái về nhà chơi, cậu dắt cô đến chào bác trai, bác gái rồi cùng nhau "lặn" về phòng cậu. Chị hối chồng chạy ra tiệm thuốc tây mua "hệ thống phòng thủ". Anh dãy như đỉa phải vôi, "Bà còn vẽ đường cho hươu chạy nữa."... Chị không còn cách nào khác, vội lấy xe, chạy ù ra phố. Về nhà, chị gõ nhẹ cửa phòng, bảo cậu ra cho chị nói chuyện. Rồi chị kín đáo dúi vào tay anh con trai món hàng vừa mua. Tôi tấm tắc ngưỡng mộ, "Trời trời, chị ngầu quá! Rồi khi đưa cho nó, chị nói sao?..."

Bê còn một năm nữa là tròn 18 tuổi. Tôi cứ lo lắng miết. Lỡ có khi tôi ở vào tình huống như bà chị họ, liệu tôi có đủ bình tĩnh chạy ra tiệm thuốc tây chăng? Tôi cũng chưa tưởng tượng được rồi mình sẽ nói ra sao với Bê...
(Đứng Ngẫn Trông Vời)

Thế rồi, chuyện gì đến phải đến. Những xao động về tâm lý, tình cảm của cậu học trò ở tuổi vừa lớn cũng làm bà mẹ cậu xao động, bồn chồn:

Đột nhiên, tôi tỉnh hẳn. Trong trí tôi bao nhiêu là câu hỏi, bao nhiêu là giả thuyết. Cu Bê đã nhặt vỏ sò, không phải để tặng Mẹ như từ trước đến giờ. Bê vẫn hay tặng tôi những thứ lỉnh kỉnh dễ thương. Ô, vậy là, vậy là..., Bê dự định tặng cho "con bé" nào đó sao! Ý nghĩ đó làm tôi như giật bắn cả người. Con bé chắc học ngang lớp Bê, cũng mười bảy như Bê? Hay học dưới lớp Bê, cỡ tuổi tôi hồi đó? Bê sẽ có viết gì trong vỏ sò không? Ui chao, con bé đó có cuống quít không? Có như tôi, có vội vàng cúi đầu giấu mặt vì sợ người ta biết nó xao xuyến?...

"Vậy đó bỗng nhiên mà họ lớn..." Không biết Bê có *khái niệm áo tiểu thư là gì chưa, đã có trận gió tình yêu nào đó thổi qua chưa. Riêng tôi, thấy mình buồn buồn, đang đứng ngẩn trông vời đứa con mình khôn lớn, đủ lông cánh, xa dần khỏi tầm tay.* (Đứng Ngẩn Trông Vời)

Tôi chắc cái "buồn buồn" ấy cũng là cảm xúc và tâm trạng của bao nhiêu bà mẹ khác. Bên cạnh nỗi vui sướng nhìn ngắm đứa con mình trưởng thành, bên cạnh những tình cảm thương yêu và tự hào vẫn có lẫn nỗi tiếng tiếc, buồn buồn. Làm sao không tiếc, không buồn cho được khi nhận thức cái khoảng cách mơ hồ giữa mình và đứa con yêu ngày nào còn bồng ẵm trên tay. Khoảng cách ngày càng xa hơn, và khoảng cách giữa mẹ và con trai thì bao giờ cũng xa hơn giữa mẹ và con gái.

Mẹ dần xa con, xa rời thế giới hồn nhiên tuổi thơ, xa rời tâm hồn trong sáng như tờ giấy trắng.

Mẹ chồm qua vặn nhẹ tai Bê:

- Thằng ni xạo quá. Ngó bộ ít bữa lớn Bê đi làm luật sư được đó.

Bê lúc lắc đầu:

- Sao bữa trước Mẹ nói con sẽ thành bác sĩ tại con viết chữ như gà bới?

Cuối tuần, Bê học tiếng Việt với Mẹ. Mẹ dạy Bê câu "Ăn quả nhớ kẻ trồng cây". Bê không đồng ý:

- Con ăn quả nhớ công Ba Mẹ đi chợ. Ba Mẹ trả tiền là

trả công cho người trồng cây rồi.

(Yêu Lời Mẹ Ru)

Người đọc dễ bắt gặp những dí dỏm, những lời lẽ ngây thơ con trẻ như thế trong truyện Hoàng Quân.

Một lần tôi đang ủi áo quần, thời gian đó, anh Lợi mới tặng cho tôi dĩa "The Phantom of the Opera". Đầu óc tôi cứ lởn vởn bài "All I Ask of You". Vừa chăm chỉ miết bàn ủi trên áo, tôi cất giọng... "Say, you'll share with me one love, one lifetime, say the word..." Từ trong phòng Bê phóng như bay ra, mặt hốt hoảng:

- Mẹ, Mẹ có bị sao không Mẹ? Mẹ có bị phỏng không?

Tôi ngơ ngác nửa giây, rồi chợt hiểu:

- Không, Mẹ cám ơn Bê cưng. Mẹ chỉ hát thôi. (Rồi Từ Giọng Hát Em...)

Cái nghịch nghịch, tếu tếu ấy mang đến những nụ cười bất ngờ, sảng khoái cho người đọc.

Sau đó, tôi không còn đèo bòng sân khấu, nhưng vẫn tụm năm, tụm ba hát nhạc Anh, nhạc Pháp. Tôi theo Tuyết Nhung, cô bạn thời Marie Curie, học tiếng Pháp ("ông thầy" là anh chàng Phú, nghe đâu dân trường Tây thiệt), để bắt chước hát "Tous les garçons et les filles", hoặc "Main dans la main". Nếu ông Tây, bà Mỹ nghe tôi hát sẽ nghĩ, tiếng Việt sao cũng hơi hơi giống tiếng Pháp, tiếng Anh. (Rồi Từ Giọng Hát Em...)

Có lắm lúc tác giả tự diễu mình để làm... vui người đọc.

Xe tôi thường có cái gối, để thêm chút thước tấc cho

tài xế. Chồng con tôi đùa, khi tôi ngồi ở ghế tài xế, xe sau tưởng xe mình không có người lái. Ấy, vậy mà thời nay, xe không người lái là đề tài nóng bỏng thiên hạ bàn tán rân ran. Biết đâu, ngày xưa, ông kỹ sư nào đó chạy sau xe của tôi, không thấy tài xế, xe vẫn chạy bon bon. Nhờ đó, ông nảy sáng kiến chế tạo xe không người lái.

(Tay Lái Lụa)

Cứ thế, dòng văn chương Hoàng Quân xuôi chảy như dòng suối mát trong trẻo của những thương yêu ngọt ngào. Tác giả cũng từng bộc bạch, như lời thú tội thành khẩn:

Tôi biết, vì tật mê nhạc của tôi, vì giọng hát nửa vời của tôi, bao nhiêu người quanh tôi đã phải chịu đựng nhiều. Nhưng tôi ước mong luôn đem lại niềm vui, niềm hạnh phúc cho những khán, thính giả bất đắc dĩ, bằng trọn con tim đầy ắp yêu thương của tôi. (Rồi Từ Giọng Hát Em…)

"Truyện Hoàng Quân như 'liều thuốc bổ' mang đến sự trẻ trung vui tươi cho người đọc để thấy cuộc đời này vẫn còn đáng yêu đáng sống," tôi nhớ từng nói đùa nói thật với tác giả.

Nhà văn sở trường lối văn kể chuyện, là những tự truyện hay những truyện rất gần với "người thật, việc thật" được độc giả yêu thích qua lối văn trong sáng, nhẹ nhàng, không cầu kỳ kiểu cọ, và lối dẫn dắt câu chuyện thật tự nhiên mà lôi cuốn như một người kể chuyện có duyên khiến người đọc đã trót đọc là phải đọc cho hết cái truyện chứ khó mà bỏ ngang được.

Hoàng Quân viết truyện khá thoải mái, đề tài và cốt truyện thường không phải tìm kiếm đâu xa, như chuyện vợ chồng, con cái trong một gia đình nhỏ luôn đầy ắp tiếng cười, chuyện bạn bè cũ, thầy cô giáo cũ, bạn đồng nghiệp ở sở làm hay những sinh hoạt thường ngày nơi thành phố cô đang sống (Bad Nauheim, Germany), khiến người đọc dễ cảm thấy gần gũi với câu chuyện, gần gũi với tác giả và cũng dễ tìm thấy những đồng cảm, chia sẻ.

Có khi tác giả ngược dòng thời gian tìm về những đường xưa lối cũ, những "hoa bướm ngày xưa", những mộng mơ thuở sân trường, lớp học và những mối tình đẹp như tuổi học trò, nói văn vẻ là tìm về những "dấu chân kỷ niệm" của những tháng năm tươi đẹp nhất của một đời người.

Lại có khi người đọc được tác giả cho đi "du lịch hàm thụ" qua những chuyến viễn du kỳ thú và những chuyện lý thú ít người biết, như chuyện về hòn đảo du lịch nổi tiếng Rhodes ở Hy Lạp với làn nước biển trong suốt màu xanh ngọc và bờ vịnh xinh đẹp, quyến rũ nhất trên đảo được đặt tên là *Anthony Quinn Bay*, tên người diễn viên điện ảnh quen thuộc với khán giả người Việt qua những phim *The Guns of Navarone, The Hunchback of Notre Dame…*

Dọc bờ biển trên đường đến 'hạt ngọc" Lindos, có một vịnh nhỏ mang tên của một tài tử xi-nê Hồ-Ly-Vọng. Trong cuốn phim Những Khẩu Đại Pháo Thành Navarone (The Guns of Navarone), có vài đoạn phim được quay trên đảo Rhodes. Sau khi cuốn phim được trình chiếu vào năm 1961, vịnh Vagies, một vịnh biển kín, nước êm như mặt hồ, gần Faliraki, bỗng nhiên nổi tiếng, được hàng triệu khán giả khắp nơi trên thế giới biết đến. Chính phủ Hy Lạp thời bấy giờ cao hứng, tặng cái vịnh be bé này cho tài tử Anthony

Quinn, một trong những vai chính của phim. Vịnh được mang tên của tài tử này. (Rhodes – Hy Lạp, Hải Đảo Hoa Hồng)

Trong tập truyện *Đứng Ngắn Trông Vời* tôi đếm được mười hai truyện. Từ những truyện xoay quanh nhân vật "cu Bê" của tác giả (*Đứng Ngắn Trông Vời, Yêu Lời Mẹ Ru, Chó Chuột Chim Cá, Vận Động Viên, Chuyện Con Chuột Răng*) đến những câu chuyện lý thú như cuộc hội ngộ của nhóm bạn học cũ đến từ những phương trời nào xa xăm (*Bài Ca Hạnh Ngộ*), chuyện phụ nữ học lái xe ở xứ người (*Tay Lái Lụa*), chuyện cảm động về những người thầy, cô giáo cũ (*Cô Giáo, Thầy Giáo*)… Những tự truyện như *Vẫn Chuyện Con Thúy* hay *Duyên Nợ Văn Tự* cho thấy con đường đến với nghiệp văn chương của tác giả như một cuộc dạo chơi có lắm bất ngờ và nhiều hứng thú:

Nhờ duyên lành, tôi gặp Thế Kỷ 21 và anh Phạm Phú Minh năm xưa. Mười mấy năm qua, tôi may mắn gặp thêm nhiều duyên lành khác, có thêm bạn văn, bạn đọc, bạn lòng. Để bây giờ, mặc những tất bật, áp lực của thế giới chung quanh, tôi vẫn tìm được niềm vui trong viết lách và vẫn tìm được những tâm hồn đồng điệu, dẫu không nhiều, nhưng đối với tôi cũng đủ thăng hoa cuộc sống.

Trong nhiều truyện, Hoàng Quân kể về cái "tôi", cái "chân dung tự họa" của mình thật tự nhiên và thân mật đến mức người đọc không cảm thấy là những chuyện riêng tư, hoặc cảm thấy thật gần gũi như đấy cũng là cái "tôi" chung của nhiều người. Nhiều bà mẹ tìm thấy mình trong truyện *Đứng Ngắn Trông Vời* và những "truyện nhi đồng" của tác giả. Đấy là cái bản lĩnh của người viết văn và cũng là sở trường của tác giả mà không phải nhà văn nào cũng làm được.

Trong nhiều truyện, Hoàng Quân viết về những mảnh đời thường, về cuộc sống muôn màu muôn vẻ ở quanh mình, truyện của tác giả có lẽ vì vậy luôn mang "hơi thở của cuộc sống" khiến người đọc đôi lúc tưởng như cuộc sống như thế nào thì tác giả mang vào truyện như thế ấy. Công việc của nhà văn chỉ là lược bớt đi cái phần thô nhám và thêm vào đấy chút gia vị làm cho cuộc sống đẹp thêm lên một chút và người đọc cũng thêm yêu người, yêu đời. Đấy cũng là bản lãnh của tác giả, như nhận định của nhà văn T.Vấn, "Cô là một trong những tác giả hiếm hoi đã đem được đời sống thật vào tác phẩm một cách khéo léo. Khéo léo đến độ người đọc không thể tự mình quả quyết những nhân vật trong truyện của cô là có thật hay là hư cấu..." (Tựa, tập truyện *Đứng Ngẩn Trông Vời*)

Có một tự truyện thú vị khác mà tác giả chưa kể, và chắc thế nào cũng kể. Chuyện về một quán café quen tên và "ai cũng quen nhau" ở một thị xã miền Trung ngày xưa, nơi nhiều học sinh, sinh viên và những chàng lính trẻ thường lui tới, không chỉ để ngồi nhìn những giọt café nhỏ từng giọt, từng giọt mà còn để lặng lẽ ngắm nhìn cô bé hay hay, ngồ ngộ thấp thoáng sau quầy, rồi về nhà... làm thơ, viết nhạc. Những ai từng có một thời để yêu và một thời để... ngồi quán ấy thật khó mà ngờ được rằng, cô hàng cà phê be bé xinh xinh có đôi mắt to tròn ấy, cô nàng "ngày xưa Hoàng Thị..." từng khiến nhiều chàng trai phải "đứng ngẩn trông vời" trên đường cô đến trường hay "em tan trường về" ấy, nay là nhà văn Hoàng Quân. Cô đã và sẽ còn viết tiếp những câu chuyện có lắm tình tiết ly kỳ, lý thú như thế.

Làm sao không hấp dẫn cho được!

* * *

Hoàng Quân, cho dù bút danh của nhà văn có "nam tính" thế nào thì giọng văn đầy nữ tính ấy vẫn không giấu được người đọc. Không phải là cô không biết như thế, nhưng cô đã mượn tên cậu con trai mình để nối liền những giấc mơ chưa trọn. Con cái luôn là ước mơ nối dài của bố mẹ. Cô không thể nào "đứng ngẩn trông vời" mãi đứa con mình, nhưng bằng cách ấy, hai mẹ con cô sẽ đồng hành mãi bên nhau suốt một đời viết văn của mẹ.

Cu Bê, cậu bé hay hỏi tại sao và hay lý lẽ với bố mẹ cậu, nay đã vươn vai hóa thành chàng luật sư Hoàng Quân trẻ trung, cao ráo, đẹp trai. Rồi ngày nào đó, cậu sẽ "đứng ngẩn trông vời" những tà "áo tiểu thư", cậu sẽ tìm đến những người phụ nữ khác, không phải là mẹ mình. Chàng trai mạnh dạn bước đi trên con đường đời bằng những bước chân vững chãi, tự tin. Liệu chàng có biết được rằng, trong suốt cuộc hành trình ấy vẫn luôn có hình bóng người phụ nữ, vẫn luôn có ánh mắt vời vợi dõi theo bước chân chàng cho đến hết cuộc đời này.

Rồi mai đây, Bê sẽ tham gia môn thể thao của trường đời: môn chạy đua đường trường. Môn thể thao này sẽ cam go, khó khăn hơn những trận đấu bóng với bạn bè. Mẹ nói, bây giờ Bê đã lớn. Mẹ tin rằng Bê luôn đủ sức chống chỏi trong sân vận động của trường đời. Mẹ không còn đạp xe kè kè theo sau Bê, phòng khi Bê té ngã. Ba Mẹ không trực tiếp theo dõi những trận đấu để vỗ tay khích lệ Bê. Nhưng Bê luôn nhớ lời Ba Mẹ nói, "Lúc nào Bê cũng là vận động viên hạng nhất của Ba Mẹ." (Vận Động Viên)

Thật may mắn và hạnh phúc cho "cu Bê" và cho những ai vẫn có những ánh mắt dõi theo trên con đường đời, ánh mắt ấm áp thương yêu của những người thân còn mãi "đứng ngẩn trông vời".

Lê Hữu

[1] "Con trai và mùa hè", thơ Trần Mộng Tú
[2] *Đứng Ngẩn Trông Vời*, tập truyện Hoàng Quân, Nxb Nhân Ảnh, 2018
* Sách có bán trên Amazon:
https://www.amazon.com/Dung-Ngan-Trong-Voi-Vietnamese/dp/1722105976

- Nguồn: T.Vấn & Bạn Hữu

Thi sĩ Trụ Vũ đề tặng bài thơ
cho tập truyện Nhớ Tiếng À Ơi

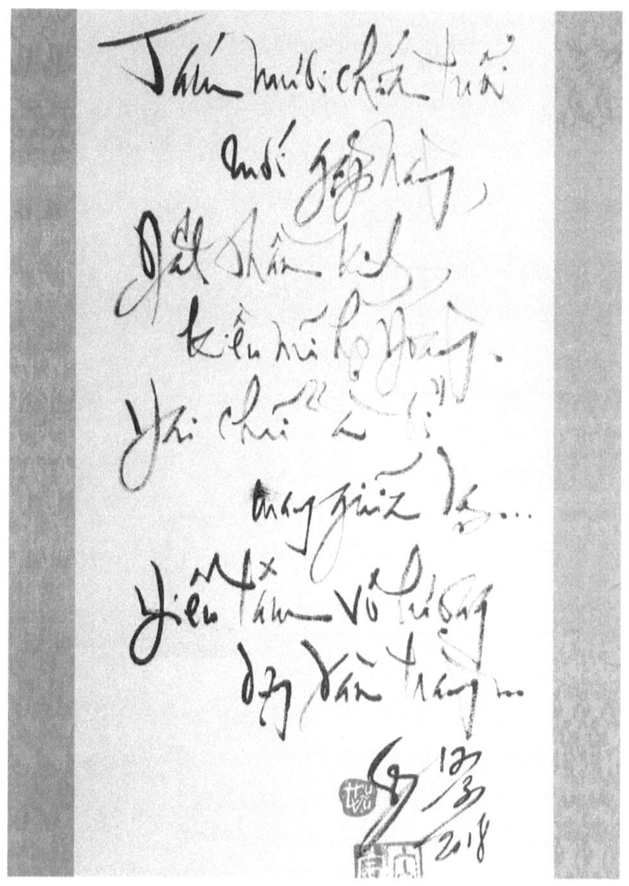

Đọc BÔNG HOA TRÊN PHÍM của HOÀNG QUÂN

Hình- Đỗ Hoàng An

Tôi còn nhớ, lúc sinh tiền, nhà văn Thạch Lam từng nói: "Nghệ sĩ là thiên phú, không học mà cũng không dạy được." Với những trải nghiệm của bản thân mình, tôi phải nói rằng Nhà Văn Thạch Lam đã vô cùng chính xác.

Một người yêu thích văn chương, suốt đời cặm cụi làm thơ, viết văn, nhưng phần thiên phú (tiên thiên) không có, chỉ chuyên cần, miệt mài viết tới, viết lui như tôi (hậu thiên) thì thành quả đạt được cũng chỉ giống như một ông nhà nghèo, cắc củm để dành, tiện tặn cho lắm thì cũng chỉ lọt vô giới trung lưu là cùng, và câu thành ngữ tiếng Anh *"Practice makes perfect"* chỉ đúng với những ngành khoa học tự nhiên.

Nhà văn Tô Hoài, mà tác phẩm *Dế Mèn Phiêu Lưu Ký* của ông từng lay động tâm hồn của vô số tầng lớp thanh thiếu niên Việt Nam ngày trước, đã viết tác phẩm ấy khi mới 16 tuổi. Ông viết xong rồi để đó, chứ không cho xuất bản. Bởi ông nghĩ, cái mà mình vừa viết ra chẳng đáng gì, ai thèm đọc, ai mà in cho một cuốn sách như vậy. Thế nhưng, như mọi người đã trải nghiệm, *Dế Mèn Phiêu Lưu Ký* và *Quê Người*, hai tác phẩm tưởng như giỡn chơi ấy đã làm nên sự nghiệp của nhà văn Tô Hoài.

Và thật là thú vị cho một nhà xuất bản, hay cho giới độc giả, khi trong một thời điểm nào đó, chợt phát hiện ra một cây viết hoàn toàn mới, với phong cách và tài năng rất riêng, sớm được biểu hiện trong tác phẩm đầu tay của mình.

BÔNG HOA TRÊN PHÍM của Hoàng Quân là một tác phẩm như thế. Có thể khẳng định rằng BHTP của Hoàng Quân là một tập truyện ngắn mà chủ đề trọn gói của nó là viết về kỷ niệm. Kỷ niệm có thể là khoảng đời như mây, mấy mươi năm trước, của một thời mới lớn của cô nữ sinh tỉnh nhỏ miền trung, với những nét trẻ trung, duyên dáng, thông minh, nghịch ngợm. Kỷ niệm cũng có thể là những ngày xất bất xang bang, khi đất nước trải qua một cuộc đổi đời ngậm đắng nuốt cay. Kỷ niệm, dĩ nhiên cũng có thể là vài năm trước, vài tháng trước, đã xảy đến với nhà văn trong cuộc sống đời thường nơi xứ người Tây Âu.

Nhiều nhà văn đã viết về kỷ niệm, và thường thì người ta chọn thể loại hồi ký, hay như Nhà Văn Phan Lạc Phúc, ông đặt cho những hồi ức của mình với cái tên TẠP GHI.

Hoàng Quân không viết hồi ký. Những hồi ức của cô đã được viết trong dạng truyện ngắn. Nhưng yếu tố hư cấu, thường rất cần trong thể loại truyện ngắn, đã không thấy trong những truyện ngắn của Hoàng Quân. Người đọc có thể cảm nhận được tất cả những chi tiết ngộ nghĩnh, dễ thương, nhiều khi cay đắng trong truyện, là những gì chân thật đã xảy ra. Người đọc có cảm giác như thấy chính mình, trong từng mẩu chuyện được Hoàng Quân khéo léo sắp xếp để chuyển đạt tình cảm của mình.

Hoàng Quân giống như một nghệ sĩ vẽ cảnh vật. Nhưng công việc của cô không chỉ là vẽ cảnh vật, mà còn mượn cảnh vật để nói lên cái tình của mình đối với cảnh vật (Ý tưởng của nhà thơ Quang Dũng).

Để nói về nỗi đam mê âm nhạc của mình, vì công việc và những bận rộn đời thường mà bị nguội đi, chứ không tắt hẳn, trong truyện ngắn được chọn làm tựa đề của tập truyện, truyện "Bông Hoa Trên Phím" Hoàng Quân viết: *Hơn hai chục năm qua, hình ảnh của cây đàn nhện giăng vẫn còn trong trí nhớ của tôi. Ở Đức, lúc nào trong nhà tôi cũng có cây đàn guitar. Lâu lâu tôi đem đàn xuống lau bụi. Cây đàn trong phòng khách nhà tôi sạch bóng. Nhưng cây đàn trong hồn tôi phủ đầy bụi và nhện giăng chằng chịt. Ngày nào đó, tôi sẽ cẩn trọng phủi đám bụi dày, gỡ những dây tơ nhện. Tôi sẽ gảy nhẹ, thật nhẹ những nốt nhạc cũ, đánh thức đam mê ngày xưa của mình. Tôi sẽ, tôi sẽ ...*

Cuộc sống đời thường cứ như sóng biển, hết đợt này

đến đợt khác, ngay như những người đến tuổi về hưu vẫn có những lo toan hằng ngày, huống hồ gì những người còn tươi trẻ như Hoàng Quân, thế nên *"Ngày nào đó"* mà tác giả nêu lên nghe yếu xìu, và người đọc, trong một liên hệ cảm xúc, khó nén một tiếng thở dài.

Bên cạnh những cảm xúc man mác đó, người đọc tìm thấy rất nhiều những nụ cười dí dỏm, rất nghịch ngợm, rất dễ thương khi tác giả nhắc nhớ về một thời làm học trò. Trong truyện ngắn "Thầy Trò, Trường Lớp, Ngày Xưa", Hoàng Quân viết:

Người xưa có dạy rằng, muốn... mình hay chữ phải yêu kính thầy. Mấy chị giành "thầu" phần yêu. Còn tôi, hạng em út, vừa qua giai đoạn thò lò mũi xanh chưa lâu - phải "khoán" phần kính. Nếu thuở đó, Tom Cruise đã tiếng tăm ở Hồ Ly Vọng, trường phái bút tre đã lẫy lừng trên thi đàn, chắc mấy chị trong lớp đã ngâm nga :

Thầy Kông thẩy rất nghiêm tràng (trang)
Nhưng thầy đẹp trái (trai) ngang hàng Tôm- Cui.

Tôi là người biết Hoàng Quân từ khi tác giả còn là cô bé học lớp chín, với mái tóc chấm vai, màu mắt trong xanh thông minh, lúc nào cũng như chứa đựng ánh cười trong đó, nên đọc đoạn văn trên, tôi như thấy lại một khoảng đời như xa, như gần, cực kỳ thân thiết và trìu mến.

Và đây, xin gửi thêm các bạn một nụ cười nữa nhé. Trong truyện "Trái Tim Nhiều Ngăn"

... Một hôm, nhỏ bạn cùng lớp, rù rì: - Ông bạn của ông anh tao đó, ổng biểu tao đưa bài thơ này cho mày nè.

Em rực rỡ giữa phố chiều đô thị

Mỉm môi cười thơm ngát nụ tin yêu
Đời mở cửa và thiên đường mở cửa
Em đã vào xao xuyến biết bao nhiêu
Giờ đã biết tim em bằng đá cuội
Buổi quay về sám hối nhuộm vàng tay
Ngồi thật lâu bên tách cà phê cuối
Xin vẫy chào khói ảo vọng bay bay.
(Thơ Trầm Thụy Du)

Cô đọc, cười khúc khích với nhỏ bạn :

- Mày coi, tao có cần đi bác sĩ chụp quang tuyến, coi thử tim tao bằng đá cuội trắng, cuội vàng, cuội xám....

Nhỏ bạn, chắc hơi bực mình giùm cho ông bạn của anh mình, lườm cô dài ngoằng, gắt:

- Khỉ đâu không. Ảnh nói thiệt mà mày còn giỡn gì đâu à.

Cô không trả lời trả vốn với nhỏ bạn, để nó về trình lại với ông anh. Cô cũng không kể cho nó nghe, rằng, cô đã gò bút trong màu mực tím, chép bài thơ của "ảnh" vào cuốn tập của cô. Đọc tới, đọc lui bài thơ, cô nghe, hình như những viên cuội trong tim cũng có lao xao...

Người đọc có cảm giác, ký ức của tác giả như một cuộn chỉ nhiều màu và tác giả cứ nhẩn nha kéo ra, mỗi đoạn một màu, lung linh, sinh động. Theo tôi, đây là một sáng tạo đầy nghệ thuật, và nhờ đó mà Hoàng Quân cuốn hút người đọc, tránh cho người đọc lọt vào trạng thái chưa hết trang sách đã buồn ngủ.

Viết một truyện ngắn, theo tôi, dễ mà khó. Dễ là bởi vì chỉ cần nghĩ trước một khung sườn, và ý tưởng chủ đạo mà ta muốn truyền đạt tới người đọc, thế là đã có một truyện ngắn, nhưng khó là vì "đầu ai nấy nghĩ, tim ai nấy run". Người viết truyện ngắn phải có nét riêng của mình trong cách dùng từ, thí dụ như nhà văn Nguyễn Huy Tưởng từng khuyên bạn văn của mình nên giới hạn dùng tĩnh từ, thay vào đó ta phải biết diễn đạt cái tĩnh từ đó bằng cách riêng, cho người đọc cảm nhận trọn vẹn được ý tưởng của người viết. Nói nghe rất đơn giản như đang giỡn, nhưng trong thực tế cầm bút thì không dễ tí nào.

Với BÔNG HOA TRÊN PHÍM, Hoàng Quân đã thành công với tác phẩm đầu tay của mình. Đây là một khích lệ rất cần thiết cho một nhà văn. Rồi đây, Hoàng Quân sẽ có nhiều niềm tin, nhiều sáng tạo hơn trong văn nghiệp của cô.

Tôi biết Hoàng Quân khi cô còn là một cô bé. Có ai ngờ đâu cô bé ngày xưa ấy, bây giờ đã trở thành một nhà văn. Tôi thực sự xúc động khi nhận món quà "tác phẩm đầu tay" của cô. Như đã nói ở phần mở đầu, tôi yêu thích văn chương, nhưng dù cố gắng bao nhiêu, tôi cũng chỉ là một "tiểu phú" nếu so với cô em "đại phú" của tôi. Nhưng điều đó không là vấn đề, ngăn trở tôi diễn đạt cảm xúc của mình khi đọc tác phẩm của người em gái ngày xưa. Vì thế mà có bài viết điểm sách hôm nay, dù trong đời, tôi chưa bao giờ viết nhận định về một tác phẩm của người nào.

Trần Thảo

Xin cảm ơn

chị Hoàng Thanh Tâm
anh Lê Hân
anh Lê Hứa
anh Nguyễn Hiền
anh Nguyễn Thành
anh Trần Thảo
anh Uyên Nguyên Trần Triết
và nhà xuất bản Nhân Ảnh
đã cùng góp bàn tay để
Long Lanh Màu Trời
có thể đến với bạn đọc ngay hôm nay.
Bad Nauheim, Đức Quốc
                    Tháng Năm 2020
                    Hoàng Quân

Mục lục:

Liên lạc Tác giả
Hoàng Quân
1403hoangocthuy@gmail.com
hoangthingocthuy@hotmail.com

Liên lạc Nhà xuất bản
Nhân Ảnh
han.le3359@gmail.com
(408) 722-5626